ரயிலின் கதை

பெ.நா.அப்புஸ்வாமி

நியூ செஞ்சுரி புக் ஹவுஸ் (பி) லிட்.,
41-பி, சிட்கோ இண்டஸ்டிரியல் எஸ்டேட்,
அம்பத்தூர், சென்னை - 600 050.
☎ : 044 - 26251968, 26258410, 48601884

Language: Tamil
RAYILIN KATHAI
Author: **P.N. Appuswamy**
N.C.B.H. First Edition: July, 2019
Copyright: Author
No. of pages: viii + 158 = 166
Publisher:
New Century Book House Pvt. Ltd.,
41-B, SIDCO Industrial Estate,
Ambattur, Chennai - 600 050.
Tamilnadu State, India.
email: info@ncbh.in
Online: www.ncbhpublisher.in

ISBN. 978-81-2342-949-6
Code No. A 3252
₹ 200/-

Branches
Ambattur 044 - 26359906, **Spenzer Plaza (Chennai)** 044-28490027
Trichy 0431-2700885 **Pudukkottai** 04322- 227773 **Thanjavur** 04362-231371
Tirunelveli 0462- 2323990, 4210990, **Madurai** 0452-2344106, 4374106
Dindigul 0451-2432172 **Coimbatore** 0422-2380554 **Erode** 0424-2256667
Salem 0427-2450817 **Hosur** 04344-245726 **Krishnagiri** 04343-234387
Ooty 0423- 2441743 **Vellore** 0416-2234495 **Villupuram** 04146-227800
Pondicherry 0413-2280101 **Nagercoil** 04652-234990

ரயிலின் கதை
ஆசிரியர்: **பெ.நா.அப்புஸ்வாமி**
என்.சி.பி.எச்.முதல் பதிப்பு: ஜூலை, 2019

அச்சிட்டோர்: **பாவை பிரிண்டர்ஸ் (பி) லிட்.,**
16 (142), ஜானி ஜான் கான் சாலை, இராயப்பேட்டை, சென்னை - 14
☎: 044-28482441

All rights reserved. No part of this book may be reprinted or reproduced or utilised in any form or by any electronic, mechanical, or other means, now known or hereafter invented, including photocopying and recording, or in any information storage or retrieval system, without permission in writing from the publishers.

முன்னுரை

ஓர் ஊரின் ரயில்-நிலையத்தில் வந்து நிற்கும் ரயிலில் மக்கள் பரபரப்போடு ஏறி உட்காருகிறார்கள். கீழே நிற்பவர்களிடம் விடை பெற்றுக்கொள்கிறார்கள். மணி அடிக்கிறது. பச்சைக் கொடி காட்டப்படுகிறது. ரயில் ஊதுகிறது. ரயில் வண்டித் தொடர் புறப்படத் தொடங்குகிறது. அப்போது அதை இழுக்கும் நீராவி ரயில் எஞ்சின் அந்த ஊரை விட்டுப் பிரியவோ, அந்த வண்டித் தொடரை இழுக்கவோ, மனம் இல்லாததுபோல் மிக மெல்ல நகர்கிறது. அது முக்கி, முனகி, புஸ் புஸ் என்று பெருமூச்சு விடுகிறது. ஆயினும், சற்று நேரத்தில் அதே எஞ்சின், மனம் மகிழ விளையாடி விரைந்து ஓடும் சிறுவனைப் போல், உரக்கச் சீட்டி அடித்துக் கொண்டும், கடகட என்று ஓசைப்படுத்திக் கொண்டும், மிகவும் வேகமாக ஓடுகிறது. நிலம் தடதட என்று அதிர, காற்று இருபுறமும் வீச, மேல் எழும் புகை கொடியைப் போல் பின்புறம் நீண்டு பின் தொடர, சக்கரங்கள் சடசட என்று சுழல, விரைந்தோடும் ரயிலானது என்றும் நமக்குக் கண் நிறைந்த காட்சியாகவே இருக்கிறது.

முதன்முதலாக ரயில் ஓடத் தொடங்கிய காலத்தில் பொது மக்களில் பலர் அதன் புதுமையைக் கண்டு அஞ்சினார்கள். அச்சத்தோடு வியப்பும் கலந்திருந்தது. ஆனால், இக் காலத்திலோ ரயில் ஓடுவது நாள்தோறும் நாடெங்கும் காணக்கூடிய காட்சியாக ஆகிவிட்டபடியால், நாம் அதன் அழகைக் கண்டு களிக்கத் தொடங்கிவிட்டோம். ஆயினும், அதன் விந்தையைப் பற்றி அவ்வளவு நினைப்பதில்லை.

பகலொளி வீசும் நீண்ட சமவெளிப் பரப்புகளிலும், அபாயம் நிரம்பிய பெரு மலைச் சரிவுகளிலும், அம் மலைகளைக் குடைந்து செல்லும் இருள் நிரம்பிய குகைகளிலும், மேகம் தங்கி விளையாடும் அம் மலை உச்சிகளிலும், சில்லென்று சிள்வண்டுகள் ஓயாது ஒலிக்கும் சோலைகளிலும், நிழல் தூங்கும் காடுகளிலும், நீரோடைகள் சலசலக்கும் பள்ளத்தாக்குகளிலும், மிக அகன்ற பேராறுகளின் மீதும், நாள்தோறும் ரயில் ஓடுகிறது. அது

பாம்புபோல் வளைந்து வளைந்து சீறிக்கொண்டு உயரமான மலை உச்சியின்மீது ஏறுகிறது. தரை மட்டத்துக்குக் கீழே புழுவைப் போல் நெளிந்து ஓடுகிறது. வெயில், மழை, பனி, வெப்பம், குளிர், காற்று ஆகியவை ஒன்றுக்கும் அது அஞ்சுவதில்லை.

நினைத்துப் பார்த்தால், ரயில் நமக்கு எத்தனை வகையாக உதவி புரிகிறது! கண்டம்போல் மிகப் பரந்த நமது நாட்டின் பல பகுதிகளையும் அது நெருங்க இணைக்கிறது. நாட்டின் செல்வத்தைப் பெருக்கியும், மக்களையும் பண்டங்களையும் சுமந்து சென்றும், நாட்டில் பஞ்சத்தின் கொடுமை தாக்காமல் தவிர்த்தும், நாட்டின் பாதுகாப்பைத் தலைமேற் கொண்டும், அது நமக்குப் பெருந் துணை புரிகிறது. நமது நாட்டின் பல்வேறு பகுதிகளை மட்டும் அன்றி உலகத்தின் பற்பல நாடுகளையும் அது ஒன்றாகப் பிணைக்கிறது. 'ஒன்றே குலம்' என்னும் உணர்ச்சியை அது உலக மக்கள் அனைவருக்கும் அளிக்கிறது.

நெம்புகோல், சாய்தளம், திருகு, சக்கரம், உருளையும் இருசும், கப்பி, பல்-சக்கரம், கியர், காற்று, வெப்பம், குளிர், உராய்வு, காற்றின் அழுத்தமும் நீரின் அழுத்தமும், நீராவியின் சக்தியும் மின்சாரத்தின் சக்தியும், ஆகியவை போன்ற பற்பல இயற்கை நிகழ்ச்சிகளையும், செயற்கை நிகழ்ச்சிகளையும், பலவகைச் சக்திகளையும், எத்தனையோ வகையான விஞ்ஞானத் தத்துவங்களையும், பௌதிகம், இரசாயனம், கணிதம், எஞ்சினியரிங் போன்ற அறிவியல் துறைகளின் வாயிலாகப் பெறப்பட்டு வரும் நவீன அறிவையும், ரயில் பயன்படுத்துகிறது. அணுச்சக்தியையும் அதன் பொருட்டுப் பயன்படுத்துவதற்கு அறிஞர்கள் முயன்று வருகிறார்கள். கூடிய விரைவில் அவ்வரிய முயற்சியும் கைகூடும் என்று தோன்றுகிறது.

இத்தனை துறைகளையும் உள்ளடக்கி, இவற்றின் துணையால் நன்கு உழைத்துவரும் ரயில் எஞ்சினும் ரயில் ஏற்பாடும் தோன்றி, வளர்ந்து, முன்னேறி வரும் வரலாற்றையும், அவை வேலை செய்யும் முறைகளையும், நமது நாட்டில் ரயில் வண்டித்

நெம்புகோல்- lever. சாய்தளம்- inclined plane. திருகு- screw. சக்கரம்- wheel. உருளையும் இருசும்- wheel and axle. கப்பி- pulley. பல்சக்கரம்- toothed wheel. கியர்- gear. உராய்வு- friction. காற்றின் அழுத்தம்- atmospheric pressure. நீரின் அழுத்தம்- hydrostatic pressure. நீராவியின் சக்தி- energy of steam. மின்சாரத்தின் சக்தி- electrical energy.

துறையின் பிறப்பு, வளர்ச்சி, முன்னேற்றம், தற்கால நிலை, எதிர்கால நிலை, முதலியவற்றையும் மிகுதியான விளக்கப் படங்களோடு இந்த நூலில் சுருக்கமாகவும் எளிய நடையிலும் கூற முயன்றிருக்கிறோம்.

இது ரயிலின் கதையைக் கூறும் சிறிய நூல். சிறுவர் சிறுமியருக்காகவும் வயதில் சற்றே முதியவர்களான பொது மக்களுக்காகவும் எளிய நடையில், தக்க படங்களோடு இது எழுதப்பட்டது.

நீராவி ஆற்றலுடையது என்று மக்கள் தெரிந்துகொண்ட காலத்திலிருந்து இக்கதை தொடங்குகிறது. இடையில் அவர்கள் அதை மறந்திருந்ததும், பின்னர் நினைவு கூர்ந்து பயன்படுத்தத் தொடங்கியதும், அதன் ஆற்றலால் ரயில் தொடர்கள் ஓடிவருவதும், நமது நாடு முழுவதையும் இக்காலத்தில் ரயில் பாதைகள் இணைத்திருப்பதும், இதில் குறிப்பிடப்பட்டுள்ளன.

இந் நூலில் நெடுக கலைச் சொற்களும் அறிஞர் முதலியோரின் பெயர்களும் வருகின்றன. அவற்றுக்கு ஈடான ஆங்கிலச் சொற்கள் ஒவ்வோர் பக்கத்திலும் அடிக்குறிப்பாகக் கொடுக்கப் பட்டுள்ளன. வாசகர்களுக்கு இது துணையாக இருக்கும்.

இந் நூல் எழுதுவதற்குத் துணைபுரிந்த பலருக்கும் எனது நன்றி. அவர்களுள் சிலரை நான் தனியாகக் குறிப்பிடுவது அவசியம். தட்சிண ரயில்வேயின் பொதுமக்கள்- நல்லுறவு- அதிகாரிகளாகிய திரு.ஸ்தாணுநாதனும், ஸ்ரீநிவாஸனும், துணை அதிகாரியாகிய திரு.சுப்பிரமணியனும், கன்னிமாரா நூலகம், சென்னைப் பல்கலைக்கழக நூலகம், அமெரிக்க நூலகம், பிரிட்டிஷ் கௌன்சிலின் நூலகம், ஆகியவற்றின் அலுவலர்களும் துணை அலுவலர்களும், மாக்மில்லன் பதிப்பகமும், எனக்குப் படங்களை உதவியும் நூல்களை அளித்தும் செய்துள்ள உதவி மிகப் பெரிது. ரயில் நிர்வாக மேலதிகாரிகளாக உள்ள எனது இளைய நண்பர்கள் திரு.பா.வேங்கடரமணி, திரு.அ.நடராஜன், திரு. ம.ராம்ஜீ, ஆகியோர் மூவரும் இந்நூல் முழுவதையும் படித்துப் பார்த்துப் பல திருத்தங்களை உதவினார்கள். அவர்களுக்கு என் மனம் கனிந்த நன்றி. அறிஞர்கள் எழுதிய பல நூல்களிலிருந்து செய்திகளையும் படங்களையும் வேண்டியவாறு மாற்றி அமைத்திருக்கிறேன். அந் நூல்களுக்கும் லண்டனில் உள்ள விஞ்ஞானக் காட்சி சாலைக்கும் நன்றி.

பெ.நா.அப்புஸ்வாமி

பொருளடக்கம்

1. நீராவியை வசப்படுத்தியது - 1
2. ரயில் எஞ்சினின் பிறப்பு - 16
3. ரயில் எஞ்சினின் தந்தை - 38
4. ரயில் எஞ்சினின் உறுப்புகள் - 57
5. எஞ்சின் எப்படி ஓடுகிறது? - 76
6. ரயில் பாதை - 82
7. ரயில் வண்டி வகைகள் - 106
8. ஓடும் ரயில் - 126
9. ரயிலும் நமது நாடும் - 146
10. வருங்காலம் - 153

நீராவியை வசப்படுத்தியது

ஓங்கி உயர்ந்து நின்று பலருக்குப் பயன் அளிக்கும் பெரிய மரம் சிறிய வித்திலிருந்து பிறக்கிறது. அந்த வித்தும் சில காலம் ஒருவருடைய கண்ணிலும் படாமல் மண்ணின் உள்ளே மறைந்துகிடந்து, உரிய பருவம் வந்ததும், முளைத்து எழுகிறது. பிறகு, ஏற்ற வாய்ப்புகள் கிடைக்குமானால், அது நாளடைவில் முழு வளர்ச்சியையும் பெறுகிறது. எத்தனையோ வகையாகப் பயன் தருகிறது. இந்த வரலாற்றைப் போலவேதான் நீராவியின் சக்தியால் இயங்கும் ரயிலின் வரலாறும்.

பழங்காலம்

நினைவுக்கு முந்திய பண்டைப் பழங்காலத்தில் வாழ்ந்த மனிதன் உடல் வலிமை குறைந்தவன்; சிற்றறிவுபடைத்தவன். அவனுடைய கையின் வலிமை காட்டு விலங்குகளின் வலிமையைக் காட்டிலும் மிகக் குறைந்தது. அவனுடைய காலின்வேகம்

அவற்றின் வேகத்திற்கு மிகவும் கீழ்ப்பட்டது. பறவைகளைப் போல் அவனால் பறக்க முடியாது. மீன்களைப் போல் அவனால் நீந்த முடியாது. ஆதலால் அவன் தன்னைச் சூழ உள்ள பற்பல வகையான கொடிய பிராணிகளுக்கு அஞ்சி, ஒதுங்கி, குகைகளில் பதுங்கி, அரிதில் உயிர் காத்து, வாழ்ந்து வந்தான். ஆதிக்காலத்திலே இயற்கைப் பொருள்களின் பெருமையையும் அவற்றில் அடங்கிய சக்திகளின் பேராற்றலையும் கண்டு நடுங்கிய மனிதன், நெடுங் காலம் வரை அவற்றைப் பற்றி ஒன்றும் தெரியாமல் இருந்தான். பிறகு, அவற்றைச் சக்திமிக்க தெய்வங்கள் என்று நினைத்தான். அவற்றைப் போற்றி, வணங்கி, வழிபட்டான்.

அறிவின் குருத்து

நாளடைவில் அவனுடைய அறிவு அவனைக் கண்விழித்து எழச் செய்தது. அந்த அறிவின் திறமையை அவன், சிறிது சிறிதாக, பயன்படுத்த முற்பட்டான். அவனுடைய மனத்தில் தெளிவு உண்டாயிற்று. அவன் இயற்கை விதிகளை உணரத் தொடங்கினான். ஆயுதங்களையும், கருவிகளையும், அமைக்கவும் வழங்கவும் கற்றுக்கொண்டான். தன்னைச் சூழ உள்ளவை எவற்றுக்கும் முன்போல் அஞ்சாமல், அவை எல்லாவற்றுக்கும் மேலான நிலைமையை அடைந்து சிறப்பாக வாழ வேண்டும் என்ற எண்ணம் அவனுடைய மனத்தில் தோன்றி வளர்ந்து வந்தது. இவ்வாறு எத்தனையோ நூற்றாண்டுகள் சென்றன.

பிறகு, படிப்படியாக, நெருப்பின் திறமைகளில் சிலவற்றையும், நெருப்பை இயற்றுவதற்கான ஒருசில வழிகளையும், அவன் தெரிந்துகொண்டான். நெருப்பினால் வெப்பத்தையும் ஒளியையும் இயற்றினான். பண்டங்களைச் சமைத்தான். பிறகு கோல், சக்கரம், முதலிய துணைக் கருவிகளை அமைத்துக்கொண்டான். நாட்கள் செல்லச்செல்ல, நீரிலிருந்து நெருப்பினால் இயற்றப்பட்ட நீராவியின் உள்ளே அடங்கியிருக்கும் அற்புத சக்தி அவனுக்குத் தெரிய வந்தது. முதன் முதலில் அவன் அதைத் தெரிந்துகொண்டது எப்பொழுது, எங்கு, எவருடைய துணையால் என்பது ஒன்றும் நமக்குத் தெரியாது. அவன் ஒருசில எரிமலை வெடிப்புகளைக் கவனித்திருக்கலாம்; கொதிநீர்ப் பீச்சுகளைப் பார்த்திருக்கலாம். நீராவிக்குச் சக்தி உண்டு என்று அவன் தெரிந்துகொண்ட பின்பும், இன்னும் பல நூற்றாண்டுகள் சென்றன.

கொதி நீர்ப்பீச்சு - geyser

நீராவியின் உதயம்

நெருப்பின் சக்தியை மனிதன் அறிந்த பின்பு அவன் அதை இயற்றவும் பயன்படுத்தவும் வழிகளைக் கண்டுபிடித்து அமைக்கத் தொடங்கியது போலவே, நீராவியின் சக்தியைத் தெரிந்த பின்பு அதை இயற்றவும் பயன்படுத்தவும் தொடங்கினான். முதன் முதலாக இவ்வாறு செய்தவன் எவன், எங்கு உள்ளவன், என்பது ஒன்றும் நமக்குத் தெரியாது. ஆயினும், பழங்காலத்தில் அப்படிச் செய்த அறிஞர்களுள் ஒருவரைப் பற்றிய வரலாறு நமக்குச் சற்றே தெரியும்.

ஹீரோ

எகிப்து நாட்டில் உள்ள அலெக்சாந்திரியா என்னும் நகரம் கிரேக்க நாட்டினரான மகா அலெக்சாந்தரால் நிலைநாட்டப் பெற்றது. அது, இருபது இருபத்திரண்டு நூற்றாண்டுகளுக்கு முன், பல கலைகளிலும் சிறந்து விளங்கிற்று. அங்கு அக்காலத்தில் ஹீரோ என்னும் பேரறிஞர் ஒருவர் வாழ்ந்து வந்தார். அவர் பல நூல்களை இயற்றினார். அவற்றுள் ஒன்று 'நியூமாட்டிக்கா' என்பது. தமது காலத்தில் வழங்கிய சில இயந்திரக் கருவிகளைப் பற்றி அவர் அந்த நூலில் குறிப்பிட்டிருக்கிறார். ஆனால், அக் கருவிகளுள் அவரது காலத்துக்கு முன்பு வழங்கியவை எவை, அவரால் புத்தமைப்பாக இயற்றப்பட்டவை எவை, என்பது அந்நூலிலிருந்து தெரியவில்லை.

சில விந்தைக் கருவிகள்

அக் கருவிகளில் சில மிகவும் விந்தையானவை. தெய்வத்தின் முன்பு கட்டியிருக்கும் தூய பலிபீடத்தின் மீது நெருப்பை மூட்டி வழிபட்டால், அங்கு இனிதாக அமர்ந்திருக்கும் தெய்வம் அந்த வழிபாட்டினால் மனம் உவந்து, தனது கோயிலின் திருக்கதவு களைத் திறக்கச் செய்வதுபோல், அவை தாமே திறந்தன. இப்படிச் செய்த விந்தைக் கருவி மந்திரத்தால் இயங்கவில்லை; வெப்பமுற்ற வாயுவின் சக்தியால் தொழில் புரிந்தது. அக் காலத்திய மற்றொரு கருவி ஓர் ஏனத்திலிருந்து நீராவியை மெல்லிய குச்சியைப் போல் உயரப் பீச்சிற்று. அந்த நீராவிக் கம்பத்தின் மீது அதிகப்

நியூமாட்டிக்கா- Pneumatica. புத்தமைப்பு - invention. லிபீடம்- altar.
வாயு- gas.

படம் 1. பலிபீடமும் கோயிலின் திருக்கதவும்

பளு இல்லாத உலோகப் பந்து ஒன்றை வைத்தால், அந்தப் பந்து அந்தரத்தில் நிற்பது போல் நின்றது. இன்னும் ஒரு கருவி செய்த இந்திரசாலம் இதைக்காட்டிலும் விசித்திரமானது. அதற்கு ஈயோலிபைல் என்று பெயர். அதில் கீழுள்ள ஏனம் ஒன்றில் நீராவி இயற்றப்பட்டது. அந் நீராவி மேலே சென்று, அங்குள்ள ஓர் உருண்டை ஏனத்தில் பொருத்தியிருந்த இரண்டு குழாய்களின் வழியாக வெளிப்பட்டது. அந்த நீராவியின் வெளிப்போக்கின் சக்தி அந்த ஏனத்தைச் சுழலச் செய்தது. நீராவியின் சக்தியால் தானாக இயங்கும்படி மனிதன் அமைத்த முதல் இயந்திரம் இதுதான் என்று சொல்லலாம். ஆயினும், இது அக்காலத்தில் ஒரு விளையாட்டுக் கருவியாகக் கருதப்பட்டு வந்ததே தவிர வேறில்லை. பிற்காலத்தில் அது இரண்டொரு சிறு காரியங் களுக்குப் பயன்படுத்தப்பட்டது போல் தோன்றுகிறது. தாமிரத் தாதுப் பொருளிலிருந்து உலோகத்தை உருக்கி எடுக்கும் புடக்குகை ஏனத்தின் மீது உறைக்கும் நெருப்புக்குத் தேவையான காற்றை ஊதுலைத் துருத்தி அளிப்பது போல் அளிக்கவும், இறைச்சி முதலிய பண்டங்களின் மீது நெருப்பின் வெப்பம் ஒன்றுபோல் உறைத்து அவற்றைப் பக்குவமாக வாட்டும் பொருட்டு

ஈயோலிபைல் - Aeolipile. தாதுப் பொருள் - ore. புடக்குகை - crucible.
ஊதுலைத் துருத்தி - bellow of a forge.

படம் 2. அந்தரத்தில் நிற்கும் பந்து   படம் 3. ஈயோலிபைல்

அவற்றைச் சுழற்றிக்கொண்டே இருக்கவும், அந்தக் கருவி பயன்பட்டது என்று சிலர் சொல்லுகிறார்கள்.

ஹீரோ வாழ்ந்த காலம் இப்போதைக்கு ஏறக்குறைய இரண்டாயிரம் ஆண்டுகளுக்கு முற்பட்டது. நீராவியின் சக்தியைப் பயன்படுத்தலாம் என்பது அக்காலத்திலேயே மக்களுக்கு ஓரளவு தெரிந்திருந்தது. அப்படியிருந்தும், அதற்குப் பின்னும் ஓர் ஆயிரம் ஆண்டுக் காலத்துக்கு மேலாக, அந்த அறிவை நன்கு வளர்க்கவோ அல்லது நடைமுறையில் பயன் படுத்தவோ ஒருவரும் கருத்தோடு முயன்றதாகத் தெரியவில்லை. ஆனால், நீராவியானது சக்தி உள்ள பொருள் என்பதை மக்கள் முற்றும் மறந்துவிடவும் இல்லை. பிரான்சு நாட்டில் உள்ள ரீம்ஸ் என்னும் நகரில், பன்னிரண்டாம் நூற்றாண்டில், நீராவியின் சக்தியைப் பயன்படுத்தி, கெர்பெர்ட்டு என்பவர் கோயில் இன்னிசைக் கருவி ஒன்றை ஒலிக்கச் செய்யும்படி அமைத்ததாகத் தெரிகிறது.

ரீம்ஸ்-Rheims. கோயில் இன்னிசைக் கருவி-Church Organ.
கெர்பெர்ட்டு- Gerbert.

படம் 4. தாமிரத் தாதுவிலிருந்து உலோகத்தை உருக்கி எடுத்தல்

அதன்பிறகும் கூட ஒருவரும் நீராவியை அதிகம் பயன்படுத்த முயலவில்லை. பின்னும் மூன்று நான்கு நூற்றாண்டுகள் சென்றன. பிறகு, பதினாறாம் நூற்றாண்டில் பிரான்சு, ஜெர்மனி, இத்தாலி நாடுகளில் ஒருசிலர் நீராவியைச் சிற்சில எளிய காரியங்களுக்குப் பயன்படுத்த முயன்ற விவரங்கள் சில கிடைக்கின்றன. அம் முயற்சிகளாலும் இந்தத் துறையில் அதிக முன்னேற்றம் நிகழவில்லை.

நீராவித் துறையின் விழிப்பு

மிக நெடுங்காலமாக உறங்கிக் கிடந்த நீராவித் துறையில் பதினேழாம் நூற்றாண்டில் திடீரென்று ஒரு சுறுசுறுப்பு ஏற்பட்டது. அக்காலத்தில் இத்தாலி நாட்டில் வாழ்ந்த பாட்டிஸ்டா போர்ட்டா என்பவர் வாயு இயலைப் பற்றிய நூல் ஒன்றை வெளியிட்டார். நீராவியின் அழுத்தத்தால் நீரை மேலே இறைக்கக் கூடிய கருவி ஒன்றை அவர் அந்நூலில் விளக்கிக் கூறினார். மூடிய ஏனம் ஒன்றில் நீராவியைப் புகுத்தி அதைக் குளிரச் செய்தால் அந்த

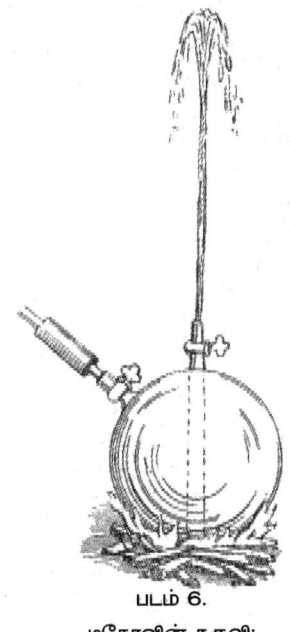

ஏனத்தில் வெற்றிடம் உண்டாகும் என்றும், அவ்வெற்றிடத்தின் சக்தியால் தாழ இருக்கும் இடத்திலிருந்து நீரை உறிஞ்சி மேலே ஏற்ற முடியும் என்றும், அதில் குறிப்பிட்டிருக்கிறது. பிரான்சு நாட்டிலுள்ள நார் மண்டி மாகாணத்தில் அக் காலத்தில் ஸாலமன் டி கோ என்னும் ஒருவர் இருந்தார். அவர் பல புத்தமைப்புகளை இயற்றிய நிபுணர். அவற்றுள் ஒன்று நீராவியின் விரிவு சக்தியால் நீரை உயரே ஏற்றக்கூடிய கருவி. 'நீரிலிருந்து பிறக்கும் நீராவி சக்தி மிகுந்தது. அதன் அழுத்தம் பெரிதும் மிகுமானால், அது வெடித்து, தன்னை அடைத்து மூடியுள்ள ஏனங்களைத் தகர்க்கும். ஆயினும் அதை அடக்கி ஆண்டு, வண்டிகளையும் கப்பல் களையும் ஓட்டலாம்' என்பது அவருடைய உறுதியான நம்பிக்கை. அந்த எண்ணத்தைத் தம் அரசருக்குத் தெரிவித்து, அவரது துணையால் உலகத்துக்குப் பயன் அளிக்க வேண்டும் என்பது அவருடைய நினைப்பு. அதன் பொருட்டு அவர் பாரிஸ் நகருக்கு வந்தார். அப்போது அரசரின் மதகுரு குறுக்கிட்டு, அவர் சொல்ல வந்தது ஒன்றையும் நேரில் கூற இடங்கொடுக்க வில்லை. பிறர் குறை கூறியதை நம்பி, அவரை ஒரு பைத்தியக் காரன் என்று அந்த மதகுரு நினைத்தார். அப்படிப்பட்ட

படம் 5.
பாட்டிஸ்டா போர்ட்டாவின் நீராவிக் கருவி

படம் 6.
டிகோவின் கருவி: நீரை உயரப் பீச்சுதல்

பைத்தியத்தை வெளியில் விட்டு வைத்தால், அதனால் உலகத்துக்கே அபாயங்கள் ஏற்படலாம் என்று கூறி, அவரை ஒரு பைத்திய இல்லத்தில் அடைத்துவிட்டார். கூரிய அறிவும் கூடப் பருவத்துக்கு முந்தி முதிர்ந்தால் என்ன கதியை அடையும் என்பதற்கு இதுவே சான்று.

இத்தாலி நாட்டில் வாழ்ந்த பிராங்கா என்பவர் நீராவியின் மற்றொரு செயலை விளக்கினார். நீராவியை ஒரு சுழல் சக்கரத்தின் இறக்கைகளின் மீது வேகமாகப் பாயச் செய்தால், காற்றில் காற்றாடி சுழல்வது போல், அந்தச் சக்கரத்தைச் சுழலச் செய்யலாம் என்றார். அப்படிச் செய்யக்கூடிய கருவி ஒன்றை அமைத்து வழி கூறினார். ஆனால் அக்கருவியும், அது போன்ற பிறவும், காரியத்தில் அதிகம் பயன்படவில்லை. ஆதலால், பெரும்பான்மையும் அவை

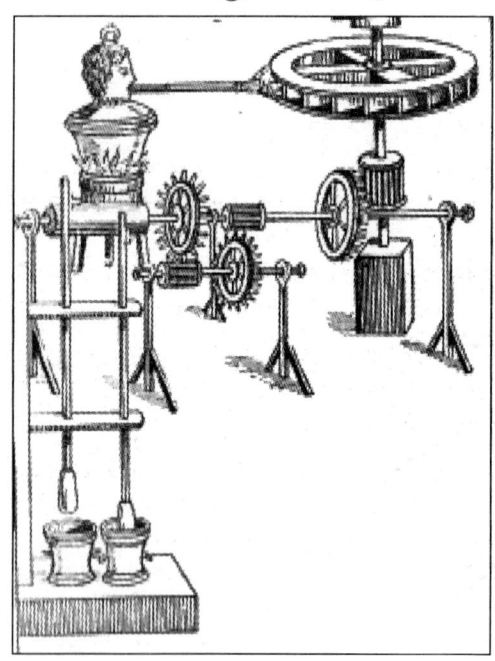

படம் 7.
பிராங்காவின் சுழல்-சக்கரக் கருவி

பாட்டிஸ்டா போர்ட்டா - Battista Porta. அழுத்தம்- pressure. வெற்றிடம்- Vacuum. நார்மண்டி- Normandy. ஸாலமன் டி கோ- Solomon de Caus.

எல்லாம் விளையாட்டுப் பொருள்களாகவே கருதப்பட்டிருக்க வேண்டும் என்று தோன்றுகிறது.

அந்த நூற்றாண்டின் நடுப் பகுதியில் இங்கிலாந்தில் எட்வர்ட் ஸமர்ஸெட் என்னும் ஒருவர் வாழ்ந்தார். அவர் உயர்க்குடியில் பிறந்தவர். இரண்டாவது வூஸ்டர் பிரபு என்றும் அவரைச் சொல்வதுண்டு. அவர் இயந்திரத் துறையில் ஈடுபட்டு, நீரை இறைக்கும் இயந்திரம் ஒன்றைக் கற்பனையாக அமைத்தார். தமது சிந்தனையின் திறத்தால் மிக நன்றாக அந்தக் கருவியை அமைத்துப் படம் வரைந்து காட்டினார். அதற்குப் பேடென்டு உரிமையும் வாங்கினார். அப்படிப்பட்ட படம் ஒன்றை இன்னும் காட்சி சாலையில் காணலாம். அக்கருவியை நடைமுறையில் பயன்படும் படி ஏராளமாக இயற்றுவதற்காகத் தொழிற்கூட்டுக் கம்பெனி ஒன்றை நிறுவ முயன்றார். ஆனால் மக்களின் மனம் அதை ஏற்பதற்கு உரிய பக்குவ நிலையை அடையவில்லை. ஆதலால் அம் முயற்சி பலிக்கவில்லை.

பாப்பின் இயற்றிய நீராவி எஞ்சின்

அதே நூற்றாண்டில் சற்றுப் பின்னர், உலாந்து நாட்டில் ஹைகென்ஸ் என்னும் ஒருவர் இருந்தார். அவர் சிறந்த விஞ்ஞானி. 'வெடி மருந்தின் வெடிப்பினால் தோன்றும் விரிவுச் சக்தியைப் பயன்படுத்தி, இயக்க இயந்திரங் களை அமைக்கலாம்' என்று அவர் கூறினார். அவர் விளக்கிய இயந்திரமே சிலிண்டரும் பிஸ்டனும் கொண்ட முதல் வாயு எஞ்சின். ஆனால் அது காரியத்தில் பயன்பெறவில்லை. ஹைகென்ஸ் என்பவருக்குத் துணை யாகப் பிரான்சு நாட்டு விஞ்ஞானி ஒருவர் வேலை பார்த்து வந்தார். டெனிஸ் பாப்பின் என்பது அவரது பெயர். அவர் பின்னர் இங்கிலாந்துக்கு வந்து, ராபர்ட் பாயில் என்னும் ஆங்கில விஞ்ஞானியோடு சில காலம் உழைத்து வந்தார். பாப்பின் ஒரு சிறந்த விஞ்ஞானி.

படம் 8.
ஹைகென்ஸ்

பிராங்கா-Branca. சுழல்-சக்கரம்-turbine (wheel).
இறக்கை-leaf. எட்வர்ட் ஸமர்ஸெட்- Edward Somerset.

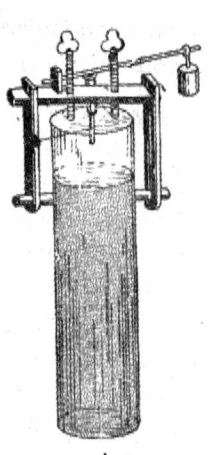

இங்கிலாந்து நாட்டு அரசாங்க சங்கத்தால் தன் உறுப்பினருள் ஒருவராகத் தேர்ந் தெடுக்கப்பட்டவர். அவர் அழுத்தம் மிக்க நீராவியைப் பயன்படுத்தும் கருவி ஒன்றை அமைத்தார். அது ஆடு மாடுகளின் எலும்பு களை வேகவைத்து மெதுவாக்குவதற்காக அமைக்கப்பட்ட கருவி. அக் கருவியின் உள்ளே நீராவியின் வெப்பத்துக்கும் அழுத்தத் துக்கும் உட்பட்ட எலும்புகள் விரைவில் வெந்து சீரணிக்கப்பட்டவை போல், மென்மையாயின. அக்கருவிக்குப் 'பாப்பின் சீரணி' என்று பெயர். நீராவியின் அழுத்தத் தால் வேலைசெய்யும் அந்த ஏனத்தில் நீராவியின் அழுத்தம் ஓர் அளவுக்கு மிஞ்சலாகாது. மிஞ்சினால், அந்த ஏனம் தாங்காமல் வெடித்துப் போகும். அவ்வாறு நிகழாமல் தடுப்பதற்காக, அவர் தம்முடைய கருவியில் திறமை மிக்க ஏற்பாடு ஒன்றை அமைத்தார். அதற்குக் காப்பு வால்வு என்று பெயர். கருவியின் உச்சியை அடைத்து வெளிப்புறமாக மட்டுமே திறக்கக்கூடிய ஒருவழிக் கதவுதான் அது. அது வழக்கமாக மூடியிருக்கும். நீராவியின் சாதாரண அழுத்தத்தால் அது திறக்காமல் இருக்கும் பொருட்டு, அதை ஒரு பளுவால் அவர் அமுக்கி மூடி வைத்திருந்தார். அந்த ஏனம் தாங்கக்கூடிய அழுத்தத்தைவிட உள்ளே அடைபட்ட நீராவியின் அழுத்தம் அதிகமாகும்போல் இருந்தால், அடைபட்ட நீராவி காப்பு வால்வை மூடிப் பிடித்திருக்கும் பளுவைத் தூக்கும்; வால்வைத் திறந்துகொண்டு, அதன் வழியாக வெளிப்படும். உடனே, உள்ளே அடங்கிய நீராவியின் அழுத்தம் குறைந்து போகும். ஆகையால், ஏனத்துக்கு அபாயம் ஏற்படாது. இப்படிப்பட்ட அமைப்புக்குக் 'காப்பு வால்வு' என்ற பெயர் இடப்பட்டது மிகவும் பொருத்த

படம் 9.
பாப்பின் சீரணி

வூஸ்டர் பிரபு-Lord Worcester. பேடென்டு- patent. காட்சிச்சாலை - museum. பாப்பின்- Papin. உலாந்து- Holland. ஹைகென்ஸ்- Huygens. வெடிமருந்து- Gunpowder. வெடிப்பு - explosin. சிலிண்டர்- cylinder. பிஸ்டன்- Piston. வாயு எஞ்சின்- gas engine. டெனிஸ் பாப்பின்- Denys papin.

மானதே. இந்தக் கருவியையும் அவர் இயற்றிய வேறு பல புத்தமைப்புகளையும் மக்கள் தங்கள் காரியங்களில் பயன்படுத்தவில்லை.

அது கண்டு அவர் மனம் உடைந்து, இங்கிலாந்து நாட்டை விட்டு நீங்கி, ஜெர்மனி நாட்டிலுள்ள மார்பர்க் என்னும் ஊருக்குச் சென்றார். அங்கே அவர் வாழ்ந்து வந்தபோது அங்கும் இயந்திரத் துறையில் ஈடுபட்டார். முன்னால் ஹைகென்ஸ் இயற்றியிருந்த வாயு எஞ்சினில் சில திருத்தங்களைச் செய்தார். அந்த எஞ்சினில் வெடிமருந்துக்குப் பதிலாக அவர் நீராவியை உபயோகித்தார். வேறு சில திருத்தங்களையும் செய்தார். இவ்விதம் அமைத்த கருவிதான் சிலிண்டரும் பிஸ்டனும் கொண்ட முதல் நீராவி எஞ்சின். சுரங்கங்களிலிருந்து நீரை இறைக்கவும், வெடி குண்டுகளை வீசி எறியவும், துடுப்புகள் பொருந்திய சுழல் சக்கரங்களைச் சுழலச் செய்து கப்பல்களை ஓட்டவும், அக் கருவியைப் பயன்படுத்தலாம் என்று அவர் கூறினார். நீரை இறைக்கும் எந்திரமாகத் திட்டமிட்டுக் கட்டப்பட்ட அந்த நீராவி எஞ்சினைச் சிறிது மாற்றி, ஜெர்மனி நாட்டில், காஸ்ஸல் நகரத்தின் அருகிலுள்ள புல்டா என்னும் ஆற்றில் சிறிய மாதிரி படகில் அதைப் பொருத்தினார். அது படகை ஓட்டும் கருவியாகப் பயன்பட்டது. அந்த எஞ்சின் ஆற்று நீரை இறைத்து, சுழலும் நீர்ச்சக்கரத்தில் பாய்ச்சி, அதைச் சுழலச் செய்தது. நீர்ச் சக்கரம் தன் சுழற்சியால் ஒரு துடுப்புச் சக்கரத்தைச் சுழலச் செய்தது. சுழலும் துடுப்புகள். நீரைத் தள்ளின; தள்ளவும், அச் சிறிய மாதிரி படகு நீரில் ஓடிற்று. அங்குள்ள படகோட்டிகள் அந்த இயந்திரம் தங்களுடைய பிழைப்பைக் கெடுத்துவிடும் என்று எண்ணினார்கள். அதைப் பிடித்து அழித்துவிட்டார்கள்.

அந்நாளில், மோர்லாந்து என்னும் ஒருவர் இங்கிலாந்தில் அரசு புரிந்துவந்த இரண்டாவது சார்லஸ் மன்னரின் இயந்திர நிபுணராக இருந்தார். அவர் நீராவித் துறையில் பல பரிசோதனைகளைச் செய்தார். இயந்திரத் துறையில் ஒரு சில கருவிகளையும் இயற்றினார். 'நீரானது நெருப்பின் வெம்மையால் ஆவியாகிறது.

ராபெர்ட் பாயில்-Robert Boyle. அரசாங்க சங்கம்-Royal Society. பாப்பின் சீரணி- Papin's Digestor.
காப்பு வால்வு - Safety valve. மார்பர்க் - Marburg. வெடிமருந்து - gunpowder. சிலிண்டர்- cylinder. பிஸ்டன்- piston. துடுப்பு- Paddle. சுழல் சக்கரம்- turbine (wheel). காஸ்ஸல்- Cassel. புல்டா - Fulda.

படம் 10.
ஸாவெரி இயற்றிய நீராவி எஞ்சின்

ஆவியாக மாறும் நீரைக் காட்டிலும் அப்படி மாறிய ஆவிக்கு அதிக இடம் வேண்டியிருக்கிறது. கிட்டத்தட்ட இரண்டாயிரம் மடங்கு அதிகமான இடம்! அப்படி இயற்றப்படும் நீராவி ஒரு சிற்றிடத்தில் சிறைப்பட்டு ஒடுங்கியிருக்க மனம் கொள்ளுவதில்லை. தன்னை உறையிட்டு அடைத்திருப்பது இரும்பால் செய்த திண்ணிய பீரங்கிக் குழாயாக இருந்தாலும், அதையும் தகர்த்துக்கொண்டு அது வெளிவர முயலுகிறது. நீராவியை முற்றும் அடக்கி ஒடுக்கித் தடுத்தால், அதில் அடங்கிய சக்தி திடீரென்று ஒருமிக்க வெளிப்பட்டு சேதத்தை உண்டாக்கும். ஆனால் விஞ்ஞான முறைப்படியும், நிலை-இயல் பௌதிகத் தன்மைகளுக்கு ஒப்பவும், அதைத் தரம் அறிந்து வசப்படுத்தி, அளவறிந்து அடக்கி ஆண்டு வந்தால், சாதி குதிரையைச் சேண மிட்டுக் கடிவாளமிட்டுச் சவாரி செய்வது போல, அதைப் பயன்படுத்த முடியும். பளுவைச் சுமக்கவும் இழுக்கவும், வேறு எத்தனையோ வகை வேலைகளைச் செய்யவும், அது உதவும். இப்படிச் செய்தால், அது மனித இனத்துக்கு மிகப் பெருந்துணையாக இருக்கும். முக்கியமாக, நீரை இறைக்க அதைப் பயன்படுத்தலாம்' என்று அவர் ஒரு கட்டுரையில் விவரமாக எழுதியிருந்தார். அந்தக் கட்டுரையை லண்டன் நகரில் உள்ள காட்சி சாலையில் இன்றும் காணலாம்.

ஸாவெரியின் சுரங்க எஞ்சின்

பதினேழாம் நூற்றாண்டின் கடைசிப் பகுதியில் இங்கிலாந்தில் நிலக்கரி, தகரம் முதலியவற்றைத் தோண்டி எடுக்கும் சுரங்க வேலை மிகவும் மும்முரமாக நடைபெற்று வந்தது. பூமியைக் குடைந்து, மிகவும் ஆழமாகத் தோண்டி வந்தபோது, கீழே போகப்போக, தண்ணீர் நிறையக் கசிந்து, திரண்டு, சுரங்க வேலையைத் தடைப்படுத்தியது. ஆகையால், நீரை வெளியேற்றுவதற்கு வழி தேடவேண்டியிருந்தது. அக்காலத்தில் அந்நாட்டில்

மோர்லாந்து-Morland. இரண்டாவது சார்லஸ்-Charles II. நிலை-இயல் பௌதிகம்-statics.

ஸாவெரி என்னும் எஞ்சினியர் ஒருவர் இருந்தார். அவர் நிலப்படையைச் சேர்ந்தவர். இயந்திர இயலிலும் கணிதத்திலும், பௌதிகத்திலும், மிக கருத்து உடையவர். புதிது புதிதாகப் பரிசோதனைகளைச் செய்தும், புத்தம் புதிய இயந்திரங்களை அமைத்தும், அவர் நல்ல முறையில் பொழுதுபோக்கி வந்தார். கப்பலை ஓட்டக்கூடிய துடுப்புச் சக்கரம் ஒன்றை அவர் இயற்றினார். அந்தப் புத்தமைப்பை டெம்ஸ் நதியில் இயங்கச் செய்து காட்டினார். தமது சொந்தத் துறையில் அயலார் ஒருவருக்கும் நுழைய இடம் கொடுக்கலாகாது என்பது அக்காலத்துக் கப்பல் அதிகாரிகளின் மனப்பான்மை. ஆதலால், அவர் நிலப்படையைச் சேர்ந்தவர் என்பதால், அவர் அளித்த உதவியை அக் காலத்துக் கப்பல் அதிகாரிகள் ஏற்க மறுத்துவிட்டனர்.

பிறகு, ஆழமான இடங்களிலிருந்து நீரை இறைக்கக் கூடிய நீராவி இயந்திரம் ஒன்றை அவர் கற்பனையாக அமைத்து,

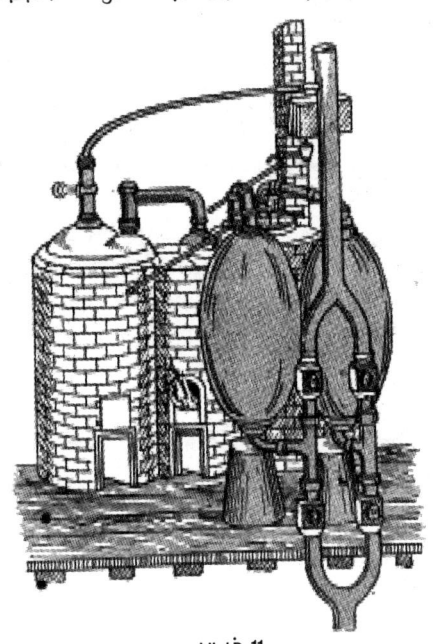

படம் 11.

ஸாவெரி இயற்றிய பம்பு (திருந்தியது)

நிலக்கரி-coal. தகரம்-tin. ஸாவெரி-Savery. எஞ்சினியர்-Engineer. நிலப்படை-army. இயந்திர இயல்-mechanics. புத்தமைப்பு-invention. டெம்ஸ்-Thames.

அதற்குப் பேடென்டு உரிமையும் வாங்கினார். கார்ன்வால் மாகாணத்தில் உள்ள சுரங்கங்களில் திரளும் நீரை இறைப்பதற்குத் தம்முடைய முறைப்படி ஓர் எஞ்சினை அமைத்துக்

படம் 12.
ஸாவெரியின் நீராவி எஞ்சின் (இறுதி அமைப்பு)

கொடுத்தார். அதற்குச் 'சுரங்கக்காரனின் நண்பன்' என்னும் பெயர் வைக்கப்பட்டது. நகரங்களுக்கும் மாளிகைகளுக்கும் தேவையான நீரை இறைத்துக் கொடுப்பதற்கும் அது பயன்பட்டது. அவர் அமைத்த எஞ்சினின் கொதிகலம் சிறியது. அதன் குறுக்களவு 2½ அடிக்குமேல் இல்லை. ஆகவே, அதிக நீரை இறைக்கப் பல எஞ்சின்கள் தேவைப்பட்டன. அதில் காப்பு வால்வு இல்லை. ஆதலால், அது அடிக்கடி வெடித்தது; அபாயங்கள் விளைந்தன. அந்த எஞ்சினின் விலை அதிகம். அது

பேடென்டு-Patent. கார்ன்வால்-cornwall

வேலை செய்வதற்கு ஆகிய செலவும் அதிகம். ஆகையால், சுரங்கக்காரர்கள் அதை அதிகமாக ஆதரிக்கவில்லை. பெரும் பாலும், பழைய முறைப்படி, குதிரைகளையே உபயோகித்து நீரை இறைத்து வந்தார்கள். ஆனால், நாளடைவில் அவருடைய எஞ்சினில் உள்ள குறைகள் ஒவ்வொன்றாக நீக்கப்பட்டன. அது நன்றாக வேலை செய்து வந்தது. இதற்குள் அடுத்த நூற்றாண்டு பிறந்துவிட்டது.

நீராவி இயற்கையாகத் தோன்றும் பொருள்; அதைச் செயற்கையாகவும் இயற்ற முடியும்; அது சக்தி பொருந்தியது. அச் சக்தியை நாம் நன்கு பயன்படுத்தலாம் என்பவை எல்லாம் தெரிந்த பின்பும்கூட நீராவியின் சக்தியைச் சற்றே வசப்படுத்தி அதன் உதவியால் நீரை இறைக்கும் எஞ்சினை ஓரளவு பயன்படும் முறையில் அமைப்பதற்குக் கிட்டத்தட்ட இரண்டாயிரம் ஆண்டுகள் வேண்டியிருந்தன. ஆனால், அதன் பிறகு இத் துறையில் சற்று விரைவாக வளர்ச்சி ஏற்படத் தொடங்கிற்று.

☆

சுரங்கக்காரனின் நண்பன்-Miner's Friend. கொதிகலம்-boiler. காப்பு வால்வு-safety valve.

ரயில் எஞ்சினின் பிறப்பு

நெடுங்காலமாக உறங்கிக் கிடந்த நீராவித் துறை இடை இடையே சற்றே கண்ணைத் திறந்து வந்த போதிலும், பதினேழாம் நூற்றாண்டில்தான் அது சோம்பல் முறித்து, விழித்து எழுந்தது என்று சொல்லலாம். மக்களின் மனம், காலத்துக்கு ஏற்ப, வெவ்வேறு துறைகளில் மிகுதியாக ஈடுபட்டு வந்திருப்பதைக் காண்கிறோம். உதாரணமாக, ஒரு காலத்தில் போரும் வீரமும், மற்றொரு காலத்தில் இன்ப வாழ்வும், வேறொரு காலத்தில் தூய அறமும், மற்றுமொரு காலத்தில் மதப் பற்றும், மீண்டும் ஒரு காலத்தில் அறிவுப் பயிற்சியும், மக்களின் மனத்தைக் கவர்ந்து வந்திருப்பதை ஒவ்வொரு நாட்டிலும் காண்கிறோம். ஐரோப்பாவில், பதினேழாம் நூற்றாண்டில், அறிவை வளர்த்துப் பயில்வதில் மக்கள் அதிகமாக ஈடுபட்டார்கள். அம்முயற்சியின் காரணமாகத் தோன்றிய விளைவுகள் பல. அப்பொழுது முதல் நீராவித் துறைக்கு நல்ல காலம் பிறந்தது.

அரசாங்க சங்கம்

அதற்கு மிகவும் முக்கியமான காரணங்களில் ஒன்று இங்கிலாந்தில், பதினேழாம் நூற்றாண்டின் நடுப்பகுதியில், தொடங்கப்பட்டுச் சிறிது காலத்துக்குப் பின் வலிமை பெற்ற 'அரசாங்க சங்கம்' என்பது. தூய-விஞ்ஞானம் பயன்படு விஞ்ஞானம் என்ற இரு விஞ்ஞானத் துறைகளும் இணை பிரியாமல் கைகோத்து ஒன்றாக முற்செல்ல வேண்டும் என்பது எமது குறிக்கோள்களில் ஒன்று என்று அந்த அறிஞர் சங்கம் அறிவித்தது. பயன் ஒன்றையும் கருதாமல், விஞ்ஞான அறிவைப் பெறுவதையே நாட்டமாகக் கொண்ட அறிவுத் துறைக்குத் தூய-விஞ்ஞானம் என்று பெயர். நாட்டில் வாழும் மக்களின் நடைமுறைக் காரியங்கள் எல்லாம் முன்னிலும் நன்றாக நடைபெறும் பொருட்டும், மக்களின் வாழ்க்கை எளிதாகவும் இனிமையாகவும் நடைபெறும் பொருட்டும், கருவிகளையும் துணைகளையும் தேடி அளிக்க முயலும் அறிவுத் துறைக்குப் பயன்படு- விஞ்ஞானம் என்று பெயர். இவ்விரண்டு துறைகளுக்கும் அந்தச் சங்கத்தின் மேன்மையான ஆதரவு கிடைத்தபடியால், அறிஞர்கள் பலர் விஞ்ஞானத்தில் ஈடுபட்டனர். அக்காலத்தில் விஞ்ஞானத்தின் துறைகள் பலவற்றுள்ளும் நீராவித் துறையே மக்களின் மனத்தை அதிகம் கவர்ந்திருந்தது. அத்துறையில் பல ஆராய்ச்சிகள் நிகழ்த்தப்பட்டன. பல புத்தமைப்புகள் இயற்றப்பட்டன. ஆகவே, அத் துறை விரைவாக முன்னேறத் தொடங்கிற்று.

நியூகமென்

அக்காலத்தில் நீர் இறைக்கும் நீராவி எஞ்சின்கள் பல அமைக்கப்பட்டு வந்தன. அவை பல குறைபாடுகளை உடையன என்று முன்னால் பார்த்தோம். அடுத்தபடியாக இந்தத் துறையில் பாடுபட்டு ஓரளவு வெற்றியும் பெற்றவர் தாமஸ் நியூகமென் என்பவர். அவர் இங்கிலாந்தில், டெவன்ஷைர் மாகாணத்தில் உள்ள டார்ட்மத்து என்னும் ஊரில், 1663-இல் பிறந்தார். அவர் இரும்பு வேலை செய்யும் கொல்லர். நீராவி இயந்திரத் துறையில் அவர் ஈடுபட்டார். ஸாவெரியின் எஞ்சினின் படம் ஒன்றை அவர் காண நேர்ந்தது. அவருக்கு இத் துறையில் கருத்து அதிகம் இருந்தபடியால், அந்தப் படத்தில் உள்ளபடி ஒரு சிறிய பொம்மை எஞ்சினை அமைத்தார். அதைத் தமது தோட்டத்தில் பொருத்தி,

---

அரசாங்க சங்கம்-Royal Society. தூய விஞ்ஞானம்-pure science. பயன்படு-விஞ்ஞானம்-applied science.

வேலை செய்ய வைத்தார். அப்போது அதில் உள்ள குறைகள் பல அவருக்குத் தெரிய வந்தன. இயந்திரத் துறையில் மகாநிபுணரும், அரசாங்க சங்கத்தின் செயலாளருமான ஹுக் என்பவரிடம் அவர் தமது ஐயங்களைத் தெரிவித்தார். அவரும் இன்னது செய்வது நன்று என்று அன்போடு விடையளித்தார். அதை நன்கு மனத்தில் கொண்டு, ஸாவெரியின் எஞ்சினிலும் பாப்பினின் எஞ்சினிலும் உள்ள நல்ல பகுதிகளைத் தேர்ந்தெடுத்து இணைத்து, தம்முடைய திறமையையும் அறிவையும் பயன்படுத்தி, ஒரு நல்ல எஞ்சினை உருவாக்க எண்ணினார். அவரும், கண்ணாடித் தொழில் புரிந்துவந்த காலி என்னும் நண்பர் ஒருவருமாக, நீர்-இறைக்கும் நீராவி எஞ்சின் ஒன்றை 1705-ஆம் ஆண்டில் அமைத்துப் பேடென்டு பெற்றார்கள். 1711-ஆம் ஆண்டிலிருந்து இவ்வகை எஞ்சின் சுரங்கங்களில் வேலை செய்யத் தொடங்கிற்று.

முதலில், இந்த வகை எஞ்சின் வேலை செய்யும்போது, எப்போதும் ஓர் ஆள் அதன் பக்கத்திலேயே இருந்து, அதில் உள்ள வால்வு ஒன்றை மாறிமாறித் திறந்தும் மூடியும் செய்ய வேண்டியிருந்தது. எஞ்சின் வேலை செய்வதற்கு இது முக்கிய மான காரியமாக இருந்தாலும், உண்மையில் இது ஒரு சிறிய செயல். இதற்கு உடல் வலிமையோ அதிகப் பயிற்சியோ தேவை இல்லை. எஞ்சின் ஒன்றில் அப்படிப்பட்ட ஒருவழிக் கதவைத் திறந்து மூடுவதற்கு ஹம்ப்ரி பாட்டர் என்னும் சிறுவனைப் போட்டிருந்தார்கள். இச்சுவையற்ற வேலையைக் கையால் செய்து செய்து, அவனுக்குக் கையும் மனமும் சோர்ந்து போயின. அவன் அறிவுள்ளவன்; கவனம் உடையவன். அந்த எஞ்சின் வேலை செய்வதை அவன் கூர்ந்து பார்த்து வந்தான். அப்பொழுது அவனுக்கு ஒரு யுக்தி தோன்றியது. சில கயிறுகளை இணைத்து, எஞ்சின் வேலை செய்யும்போது, அந்த ஒருவழிக் கதவைத் தானாகவே மூடித்திறக்கும்படி செய்யலாம் என்று அவனுக்குத் தோன்றிற்று. அவன் அவ்வாறு செய்துவிட்டுச் சும்மா உட்கார்ந்திருந்தான் என்றும், அதைக் கண்ட நியூகமென் அத் தானியங்கு ஏற்பாட்டைத் திருத்தி, பயனுள்ள இயந்திர உறுப்பாக அமைத்துவிட்டார் என்றும், ஒரு வரலாறு கூறுகிறது. மற்றொரு வரலாறு அந்தத் தானியங்கு ஏற்பாடு முழுவதையும் நியூகமெனே எண்ணி அமைத்தார் என்றும், பிறகு அதை மற்ற இயந்திர

தாமஸ் நியூகமென்-Thomas Newcomen. டெவன்ஷைர்-Devonshire. டார்ட்மத்து-Dartmouth. ஸாவெரி-Savery. ஹுக்-Hooke. பாப்பின் - Papin. காலி-Cawley.

நிபுணர்கள் இன்னும் செம்மையாக அமைத்தார்கள் என்றும் கூறுகிறது.

ஆயினும், அந்த எஞ்சினுக்கு ஏராளமாக எரிபொருள் வேண்டியிருந்தது. அது மந்தமாகவே வேலை செய்தது. அதில் இயற்றப்பட்ட நீராவியில் ஐந்தில் ஒரு பங்கே வேலையில் பயன்பட்டதையும், எஞ்சியுள்ள நீராவி எல்லாம் வீணாகப் போவதையும் கண்டார்கள். அதில் இத்தனை குறைகள் இருந்தாலும் அது ஆழச் சுரங்கங்களிலிருந்தும் நீரை வெளியேற்றிற்று. ஆதலால், நீரின் துணையால் இயந்திரங்களை ஓடச் செய்ய வசதி இல்லாத பல இடங்களில் அந்த எஞ்சினை உபயோகித்து வந்தார்கள். கிட்டத்தட்ட 70 ஆண்டுக் காலம் அது உபயோகத்தில் இருந்து வந்தது.

வாட்டு

நீராவித் துறையின் முன்னேற்றத்தின் அடுத்த கட்டம் மிகப் பெரியது. அதற்கு அடிகோலியவர் வாட்டு என்னும் இயந்திர நிபுணர். அவர் தம்முடைய இளமைப் பருவத்தில், அடுக்களையில் கொதித்துக்கொண்டிருந்த கெட்டிலிலிருந்து வெளிவரும் நீராவி, அந்த ஏனத்தின் மூடியைத் தூக்கித் தூக்கி, வெளிப் படுவதையும், மூடியை அழுத்திப் பிடித்தால், கெட்டிலின் மூக்கின் வழியாக நீராவியும் நீரும் சீறிக் கொண்டு வெளிப்படுவதையும், கவனிப்பதையே தமது விளையாட்டாகக் கொண்டிருந்தார் என்றும், விளையும் பயிரின் முளை போல், இந்நிகழ்ச்சி அவருடைய பிற்கால ஈடுபாட்டுக்கும் திறமைக்கும் அறிகுறியாக இருந்தது என்றும், ஒரு கதை கூறுகிறது.

படம் 13.
ஜேம்ஸ் வாட்டு

ஹம்ப்ரி பாட்டர்-Humphrey Potter. நியூகமென்-Newcomen. தானியங்கு-automatic.

படிப்படியாக ஏறுதல்

ஒவ்வொரு துறையிலும் முன்சென்றவர்கள் தம்முடைய முயற்சியால் தொகுத்து வரும் அறிவைப் பின் வருபவர்கள் பயன்படுத்துகிறார்கள். அதனால்தான் மனித இனம் படிப் படியாக முன்னேறுகிறது. ஸாவெரி அமைத்த எஞ்சினை அடிப்படையாகக் கொண்டு நியூகமென் அதில் சில சீர்திருத்தங் களைச் செய்து, தம்முடைய எஞ்சினை இயற்றினார் என்று பார்த்தோம். நியூகமெனின் எஞ்சினை அக் காலத்தில் சாதாரண நெருப்பு எஞ்சின் என்றோ, வாயு இயல் எஞ்சின் என்றோ, வழங்கி வந்தார்கள். நியூகமெனுக்குப் பல ஆண்டுகளுக்குப் பின் வந்த வாட்டு என்னும் நிபுணர், ஒரு சமயம், ஸ்காட்லாந்து நாட்டில் உள்ள கிளாஸ்கோ பல்கலைக்கழகத்தில் இருந்த நியூகமென் எஞ்சின் ஒன்றைச் செப்பனிட வேண்டியிருந்தது. அப்போது அது வேலை செய்யும் முறையை அவர் நன்றாகக் கவனித்தார். அதன் தன்மைகளை நன்கு தெரிந்துகொண்டார். பிறகு அந்த எஞ்சினை அடிப்படையாகக் கொண்டு, அதில் உள்ள குறைகளை உணர்ந்து அதைச் சீர்திருத்தி, தாம் ஒரு புதிய எஞ்சினை இயற்ற முயன்றார்.

அவர் இந்தக் காரியத்தில் இறங்கி ஐந்தாறு ஆண்டுக்காலம் வரை அதிக வெற்றி பெறவில்லை. அப்போது அவர் பற்பல பரிசோதனைகளையும் கருவிகளையும் இயற்றினார். பொம்மை எஞ்சின்களைச் சிறிதளவில் அமைத்து, அவை எப்படி வேலை செய்கின்றன என்று கவனித்தார். பிறகு அவர் அமைத்த பொம்மைக் கருவி ஒன்று திருப்தியாக வேலை செய்கிறது என்று கண்டார். பௌதிகம், இயந்திர நூல் ஆகியவற்றின் தத்துவங்கள் வாட்டு இயற்றிய எஞ்சினில் நன்கு பயன்பட்டன. வாட்டு முதன்முதலில் இயற்றிப் பேடென்டு வாங்கிய எஞ்சின் நியூகமென் எஞ்சினைக் காட்டிலும் பலவகையில் சிறந்ததாக இருந்தது. முதலாவதாக, அதைப்போல் அவ்வளவு எரிபொருளை வீணாக்க வில்லை. இரண்டாவதாக, அதைக் காட்டிலும் வேகமாக வேலை செய்தது. அதுவும் நீரை இறைப்பதற்காகவே இயற்றப்பட்டது. அதில் சிலிண்டரும் பிஸ்டனும் இருந்தன. ஆனால் நீராவியின்

வாட்டு -Watt. கெட்டில்-Kettle.

சக்தி பிஸ்டனில் ஒரு புறமாக மட்டும் உறைத்து, அதை இயக்கி வந்தது. இவ்வகை எஞ்சினுக்கு 'ஒரு-செயல்' எஞ்சின் என்று பெயர்.

இன்னும் ஒரு பத்தாண்டுக் காலம் முயன்று, அதன் பின் வேறு சில சீர்திருத்தங்களைக் கொண்ட மற்றொரு வகை எஞ்சினை வாட்டு அமைத்தார். இதில் நீராவியானது சிலிண்டரின் உள்ளே, பிஸ்டனின் இருபுறமும், மாறி மாறி உறைத்து வந்தது. இப்படிப்பட்ட எஞ்சினுக்கு 'இரு-செயல்' எஞ்சின் என்று பெயர் இடப்பட்டது. சிலிண்டரின் உள்ளே போதிய அளவு நீராவியை

படம் 14.
வாட்டின் தொழிற்கூடம்

வேலை செய்ய விடுவதற்காக, 'தொண்டை வால்வு' என்னும் அமைப்பு ஒன்றும், இந்த நீராவியின் அழுத்தத்தைத் தானாகவே அடக்குவதற்காகக் 'கவர்னர்' என்னும் அமைப்பு ஒன்றும், சில அளவு கருவிகளும், அந்த எஞ்சினில் பொருத்தப்பட்டிருந்தன. ஆதலால், 'நியூகமென் அமைத்தது நீர் இறைக்கும் ஏற்றம்; வாட்டு

நெருப்பு எஞ்சின்-fire engine. வாயு இயல் எஞ்சின்-gas engine. பொம்மை எஞ்சின்-engine Model. இயந்திர நூல்-mechanics.

அமைத்ததே நீராவி எஞ்சின்' என்னும் புகழுரை தோன்றிற்று; அது உண்மையானது.

படம் 15.
வாட்டு இயற்றிய இரு-செயல் எஞ்சின்

குதிரைத் திறன்

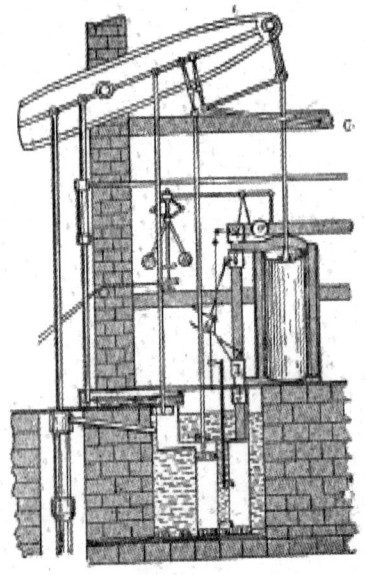

நன்கு வளரும் மொழிகளுள் ஆங்கிலமொழியும்ஒன்று. அது பல புதிய சொற்களை ஏற்று வளம் பெறுகிறது. அந்த மொழியில் புதிய சொற்றொடர் ஒன்று வழங்குவதற்கு வாட்டு காரணமாக இருந்தார். அந்தச் சொற்றொடர் குதிரைத் திறன் என்பது. இது நீராவி எஞ்சினின் திறமையை அளப்பதற்காக வைத்துக்கொண்ட அலகு. *33,000* பவுண்டு எடையுள்ள பளுவை ஒரு நிமிஷ நேரத்தில் ஓர் அடி உயரம் தூக்கும் போது செய்யப்படும் வேலையின் விகிதமே ஒரு 'குதிரைத் திறன்' என்னும் சொல்லால் குறிக்கப்படுகிறது. குதிரைகள் செய்து வந்த வேலையின் அளவை ஓரளவு ஆதாரமாகக் கொண்டே இந்த அலகு ஏற்படுத்தப்பட்டது. சாதாரணமாக, எந்தக் குதிரையும் இவ்வளவு வேலை செய்யாது. எப்பேர்ப்பட்ட குதிரையும் செய்வதைக் காட்டிலும் உயர்ந்த ஒரு மதிப்பை அலகாக வைத்துவிட்டால், தமது எஞ்சினின்

படம் 16.
மாத்தியூ போல்ட்டன்

ஒரு-செயல்-single action. இரு-செயல்-double action. தொண்டை வால்வு-throttle valve. கவர்னர்-governor. குதிரைத் திறன்-(குதிரை பலம்)-horse power. அலகு- unit.

திறமையை எந்தக் குதிரையின் வேலையோடும் மற்றவர்கள் ஒப்பிட்டாலும் கூட குறைகூற இடம் இராது என்பது அவருடைய கருத்து.

வாட்டு என்னும் இயந்திர நிபுணர் போல்ட்டன் என்னும் செயல் நிபுணரோடு சேர்ந்து, தொழிற்சாலையை அமைத்து, தமது எஞ்சினை ஏராளமாக இயற்றி வந்தார். நாடு நற்பயன் அடைய வேண்டும் என்பதே அவரது நோக்கம். அந்த எஞ்சினையும் அது செயல்புரிந்த முறையையும் கண்டு பலர் வியந்தார்கள். சிலர் அதைப் பயன்படுத்தினார்கள். இப்படிச் சில ஆண்டுகள் சென்றன. அதன் பிறகு புத்தம் புதிய துறை ஒன்று உதயமாயிற்று.

படம் 17.
வில்லியம் மர்டாக்கு

ஊர்தி- எஞ்சின்

ஸ்காட்லாந்து நாட்டில், அயர்ஷைர் மாகாணத்தில் வாழ்ந்த இயந்திர நிபுணர் ஒருவரின் மகனாகிய வில்லியம் மர்டாக்கு என்பவர் சிறு வயதிலேயே தமது நாட்டையும் ஊரையும் விட்டு, இங்கிலாந்து நாட்டில் உள்ள பர்மிங்ஹாம் நகருக்குக் கால்நடையாக நடந்து சென்றார். வாட்டு, போல்ட்டன் என்பவர்களின் தொழிற்சாலையில் அவர் வேலைக்கு அமர்ந்தார். இங்கிலாந்து நாட்டின் தென் மேற்குக் கோடியில் உள்ள கார்ன்வால் மாகாணம் பலவகைச் சுரங்கங்கள் மலிந்தது. அங்கே சுரங்கங்களிலிருந்து நீரை இறைப்பதற்காக வாட்டும் போல்ட்டனும் தங்களுடைய இயந்திரங்களை அனுப்பினார்கள். அவர்கள் மர்டாக்கின் திறமையை நன்கு உணர்ந்து, அவற்றை பொருத்தவும், பழுது பார்க்கவும், அவரையும் கூடவே அனுப்பினார்கள்.

அவரும் அங்கே சென்று, தம் வேலையைத் திறமையோடு செய்து வந்தார். ஆனால் அந்த எளிய சுவையற்ற செயலில் அவரது மனம் முற்றும் செல்லவில்லை. மேன்மேலும் புதிய இயந்திரங்களை அமைக்கவேண்டும் என்பதும், அவற்றைப் புதிய துறைகளில் பயன்படுத்த வேண்டும் என்பதுமே அவருடைய

அவா. இடம் விட்டு இடம் செல்லக்கூடிய இயங்கு எஞ்சின் ஒன்றை அமைக்கவேண்டும் என்பது அவருடைய பேரவாக்களில் ஒன்று. கார்ன்வால் மாகாணத்தில் உள்ள ரெட்ரூத்து என்னும் ஊரில் அவர் தங்கி வேலை செய்து வந்தார். அந்த ஆசையைத் தீர்ப்பதற்குரிய காரியத்தில் தம்முடைய ஒழிவு நேரம் முழுவதையும் அவர் செலுத்தி வந்தார். கடைசியாக அத்தகைய மாதிரி-எஞ்சின் ஒன்றை, பொம்மை-எஞ்சின் வடிவத்தில், அமைத்து விட்டார்.

அந்த எஞ்சின் சுமார் ஓரடி உயரமே உள்ளது. அதற்கு மூன்று சக்கரங்கள் இருந்தன. அதில் ஒரு கொதிகலம் வைத்தி

படம் 18.

மார்டாக்கு இயற்றிய முதல் ஊர்தி-எஞ்சின்

ருந்தது. அக் கொதிகலத்தில் உள்ள நீரைக் கொதிக்க செய்வதற்கு, அதன் அடியில் அவர் ஒரு ஸ்பிரிட்டு- விளக்கை வைத்திருந்தார். ஒருநாள் இரவில் அவர் வழக்கம் போல் வேலை செய்துவிட்டு, தமது வீடு திரும்பினார். அன்று, வழக்கத்தைவிட அதிகமாக, இருள் சூழ்ந்திருந்தது. அவர் வரும் வழியில் அதிக ஆள் நடமாட்டம் காணப்படவில்லை. ஆதலால் தம்முடைய பொம்மை-எஞ்சினை 'வெள்ளோட்டம்' விட்டுப் பார்ப்பதற்கு

போல்ட்டன்-Boulton. அயர்ஷைர்-Ayrshire. வில்லியம் மார்டாக்கு-William Murdoch.

இயங்கு எஞ்சின் (ஊர்தி- எஞ்சின்)-locomotive. ரெட்ரூத்து-Redruth.

அதுவே ஏற்ற நாள் என்று அவருக்குத் தோன்றிற்று. அவர் தம்முடைய எஞ்சினை எடுத்து வந்து, ரெட்ரூத்து நகரின் மதக்கோயிலுக்குச் செல்லும் நேர் பாதையில் வைத்தார். ஆவல் தூண்ட, நெஞ்சம் பதைபதைக்க, அவர் அந்த எஞ்சினின் கொதிகலத்தின் அடியிலுள்ள ஸ்பிரிட்டு-விளக்கை ஏற்றினார். அந்த விளக்கு வீசும் வெப்பம் சிற்றளவே உள்ளது. ஆதலால் அந்த எஞ்சினின் கொதிகலத்து நீரில் சூடு ஏறி, நீராவி வெளிப்படுவதற்குச் சிறிது நேரம் ஆகும் என்று அவர் நினைத்தார். அந்தப் புதிய கருவியை ஓடவிட்டுப் பரீட்சை பார்க்கப் போகும் அந்த வேளையில், அவருடைய மனத்தில் எத்தனையோ எண்ணங்கள் வந்து குவிந்தன. அவர் அடைந்திருந்த பரபரப்பினால் அவர் சற்றே மெய் மறந்திருந்தார். தம்மைச் சூழ உள்ள ஒன்றையும் அவர் கவனிக்கவில்லை. அப்போது திடீரென்று அந்த எஞ்சின் 'புஸ்-புஸ்' என்று சீறி, 'டப்-டப்' என்று ஓசைபடுத்திக்கொண்டு, ஓடத் தொடங்கிவிட்டது. வியப்படைந்த மர்டாக்கு மிகுந்த மகிழ்ச்சி யோடு அதன் பின்னே ஓடினார்.

அப்போது, அவருக்கு எதிரே யாரோ ஒருவர் கூச்சலிடும் குரல் அவருடைய காதில் விழுந்தது. அச்ச மிகுதியால், அந்தக் குரல் நடுங்கி, மாறி ஒலித்ததால், அது யாருடைய குரல் என்பது அவருக்குத் தெரியவில்லை. இருள் கவிந்து மிகுந்திருந்ததால், கத்தியவர் யார் என்றும் கண்ணுக்குத் தெரியவில்லை. அவர் ஓடோடி அருகில் சென்று பார்த்தபோது, கோயிலின் மதகுரு அச்சத்தால் நடுநடுங்கி, வாய் குழறிக் கூக்குரலிட்டு நிற்கக் கண்டார். தெய்வத்தின் திருநாமத்தை அவர் மீண்டும் மீண்டும் செபிப்பதையும், 'இருள் சூழ்ந்த கீழுலகத்தில் வாழ்பவனாயும், தீமையே உருவாகியவனாயுமான சாத்தான் நெருப்பையும் புகையையும் கக்கிக்கொண்டு, தம் எதிரே வந்து, தம்மை அச்சுறுத்திவிட்டு, இரண்டொரு கணங்களுக்கு முன் அப்பால் விரைந்து சென்றான்' என்று அவர் சொல்வதையும் கேட்டார். இது நிகழ்ந்தது 1784-ஆம் ஆண்டில்.

அன்று முதல் அவருக்குத் தம்முடைய ஊர்தி எஞ்சினின் மீது சற்றே நம்பிக்கை பிறந்தது. இந்த இடத்தில் இந்த வரலாற்றைச் சற்றே நிறுத்திக் கொள்வோம். சுமார் 15 ஆண்டுபோல் பின் சென்று, அயல் நாட்டில் நிகழ்ந்த அதிசயம் ஒன்றைக் கவனிப் போம்.

கொதிகலம்-boiler. ஸ்பிரிட்டு-விளக்கு-spirit lamp.

தெருவில் ஓடிய முதல் நீராவி வண்டி

பிரான்சு நாட்டில் நிக்கலஸ் யோசேப்பு கூன்யோ என்னும் அறிஞர் ஒருவர் இருந்தார். அவர் 1769-ஆம் ஆண்டு வாக்கில்,

படம் 19.
கூன்யோ இயற்றிய விசித்திர வண்டி

முன்புறத்தில் பெரிய கொதிகலமும், மூன்று சக்கரங்களும் உள்ள விசித்திரமான வண்டி ஒன்றைக் கட்டினார். அவர் அந்த வண்டியைப் பாரிஸ் நகரத்தில் வெள்ளோட்டம் விட்டார். பல பெரிய மனிதர்களின் முன்னிலையில், அது நால்வரை ஏற்றிக்கொண்டு மணிக்கு மூன்று மைல் வேகத்தில் ஓடிற்று நடந்தது என்று சொல்வதே பொருந்தும் என்று தோன்றுகிறது. அது மெல்லவும், முயன்றும், பாடுபட்டும் முன்சென்றது என்பது உண்மை. ஆயினும் ஓர் உயிரற்ற எஞ்சின் தன்னுடைய சக்தியால் தானாகவே இயங்கியது ஓர் அதிசயம் அல்லவா? அது இப்போது பாரிஸ் நகரக் காட்சி சாலை ஒன்றில் வைக்கப்பட்டிருக்கிறது.

அந்த அதிசயத்தை அப்போது ஒருவரும் பாராட்டவில்லை. அதை இயற்றிய அறிஞரை ஒருவரும் புகழவில்லை. அப்போது உற்சாகமும் குதூகலமும் பாராட்டும் எங்கும் நிலவியிருக்க வேண்டும். அதற்குப் பதிலாக, அங்கே கூடிய பலரும், பிறரும், அவரைப் புரளி செய்தார்கள்; அவரை நோக்கி ஏளனமாக சிரித்தார்கள்; அல்லது அவரைப் பைத்தியம் என்று எண்ணி வெறித்துப் பார்த்தார்கள். அன்று கூடிய மக்கட் திரளின் மனத்திலே அவர் இயற்றிய கருவியின் சிறப்போ பெருமையோ சிறிதும் புலப்படவில்லை. தாம் அறியாத ஏதோ ஒரு சக்தியால் இயங்கிய அந்த இயந்திரம் துர்தேவதைகளின் சக்தியால் வேலை செய்வது என்றும், ஆதலால் அது தீயது என்றும்; தீமையே

நிக்கலஸ் யோசேப்பு கூன்யோ-Nicholas Joseph Cugnot.

விளைவிப்பது என்றும் எண்ணி, அதைக் குறை கூறினார்கள். ஒரு சமயம், அவருடைய எஞ்சின் ஓடும்போது அது கட்டுக்கு அடங்காமல் சிறிது விலகி, ஒரு பழஞ்சுவரில் மோதிற்று. எது சமயம் என்று காத்திருந்த அச்சுவர் இடிந்து விழுந்தது. அவருடைய எதிரிகளுக்கு இது நல்ல வாய்ப்பாக இருந்தது. இப்படிப்பட்ட அபாயமான கருவியைக் கையாளும் ஒருவனுக்கு மேன்மேலும் தீங்கு செய்வதற்குச் சிறிதும் இடம் கொடுக்கக் கூடாது என்று சொல்லி, அவரைக் கடுங்காவலில் கைதியாக வைத்து விட்டார்கள். அறியாமை அறிவுக்கு அளித்த பரிசு இதுவே! இப்படிப்பட்ட மனநிலை, அந்த நாட்டில் மட்டும் அன்றி, எல்லா நாடுகளிலும் இருந்தது. இன்றும்கூட இருந்து வருகிறது. ஆனால், சிறிது காலத்துக்குப் பின்பு, பிரான்சு நாட்டுப் போர்த்துறை அமைச்சரின் உத்தரவுப்படி, அவர் பீரங்கியை இழுக்கும் வண்டி ஒன்றைக் கட்டிக் கொடுத்தார் என்றும், அதை இன்றும் பாரிஸ் நகரில் காணலாம் என்றும் சொல்லப்படுகிறது.

அறிஞர்களின் அவநம்பிக்கை

இப்படிப்பட்ட மனநிலை, பொதுமக்களிடத்தில் மட்டும் அன்றி, அறிஞர்களிடமும் காணப்பட்டது. ஆதலால்தான் போல்ட்டன், வாட்டு என்னும் இருவரும் எஞ்சினியரிங் துறையில் சிறந்தவர்களாயிருந்தும், மர்டாக்கு ஈடுபட்ட முயற்சியில் அவர்களுக்குச் சிறிதும் நம்பிக்கை இல்லை. மேலும், முழு நேரத்தையும் பிற காரியங்களில் செலவிடாமல் தங்களுடைய காரியத்திலேயே செலவிடுவது தங்களுக்கு நன்று என்றும் அவர்களுக்குத் தோன்றியிருக்கலாம். ஆதலால் அவர்கள், 'பயனற்ற அசட்டுக் கனவுகளில் உன் பொன் போன்ற நேரத்தை வீணாகப் போக்காதே' என்று அவருக்குப் பலமுறை புத்திமதி கூறினார்கள். அவரும் அவர்களுடைய சொல்லை மதித்து, தம்முடைய முயற்சியில் நம்பிக்கை இழந்து, அதைக் கைவிட்டு, நிலைத்த எஞ்சினை அபிவிருத்தி செய்வதிலும், நிலக்கரி வாயுவை இயற்றி, அதைக் கொண்டு விளக்கேற்றுதல் போன்ற செயல் களைச் செய்வதிலும், வேறு சில விஞ்ஞான அதிசயங்களை நிகழ்த்துவதிலும், தமது அறிவையும் திறமையையும் செலுத்தி வந்தார்.

போர்த்துறை அமைச்சர்-War Minister.

ரிச்சேர்டு டிரெவிதிக்கு-Richard Trevithick. **இல்லோகன்**-Illogan.

ரிச்சேர்டு டிரெவிதிக்கு

மர்டாக்கு தொழில் புரிந்துவந்த ரெட்ரூத்து நகரின் அருகில் இல்லோகன் என்னும் சிற்றூர் ஒன்று இருக்கிறது. அங்கு 1771-ஆம் ஆண்டு ஏப்ரல் மாதம் 13-ஆம் தேதியன்று, பிறந்த ரிச்சேர்டு டிரெவிதிக்கு என்பவர் தமது பள்ளிப் பிராயம் முதலே நீராவியின் மீது பற்றுகொண்டிருந்தார். தாம் ஓர் எஞ்சினியர் ஆக வேண்டும், நீராவியைப் பயன்படுத்திப் பற்பல கருவிகளை இயற்ற வேண்டும் என்னும் ஆசைகள் அவருடைய இளம் மனத்தில் குடி கொண்டிருந்தன. அவருக்கு இருபத்தைந்து பிராயம் ஆகும் முன்பே அவர் பற்பல அற்புத நீராவிக் கருவிகளை அமைத்துவிட்டார்.

படம் 20.
ரிச்சேர்டு டிரெவிதிக்கு

அவற்றுள் ஊர்தி- எஞ்சின்களின் பொம்மை- மாதிரிகளும் ஒரு சில இருந்தன. தாம் வாழ்ந்த காம்போர்ன் என்னும் ஊரில் தமது வீட்டிலுள்ள சாப்பாட்டு மேஜையின் மீது அவற்றை ஓடவிட்டுப் பரிசோதனை செய்து வந்தார்.

வாட்டு தமது எஞ்சினுக்கு வாங்கியிருந்த பேடென்டு உரிமை 1800 ஆண்டு வரை செல்வதாக இருந்தது. ஆதலால் அதுவரை அத்துறையில் ஒருவரும் அதிகம் ஈடுபட முடியாமல் இருந்தது. அந்த ஆண்டு கழிந்ததும், பலரும் அத்துறையில் இறங்கி, அவ்வகை இயந்திரங்களை அமைக்க முடிந்தது. அந்த ஆண்டில் டிரெவிதிக்கு, செயலுக்குப் பயன்படும் அளவில், ஒரு நீராவி வண்டியை இயற்றினார். அவ்வண்டியை அதைத் தாங்கக்கூடிய பாதையில் ஓடவிட்டார். அதற்கு அடுத்த ஆண்டில், கிறிஸ்துமஸ் பண்டிகைக்கு முந்திய நாளன்று, அவ் வண்டியில் சிலர் துணிந்து ஏறினார்கள். அப்போது அவர்களுடைய மனத்தில் பெருமையும் களிப்பும் அச்சமும் கலந்து கிடந்தன. அந்த எஞ்சின் ஓடும்போது 'புஸ்-புஸ்' என்னும் பேரோசை எழுந்தது.

ஆதலால், அம்மாகாணத்து மக்கள் அதற்கு 'இரைக்கும் பிசாசு' என்று பொருள்படும் பெயரை இட்டார்கள்.

காம்போர்ன் - Camborne.

பிறகு, அவர் மற்றொரு நீராவி எஞ்சினை அமைத்தார். அதைக் கப்பலில் ஏற்றி, லண்டனுக்கு அனுப்பினார். அங்கும்

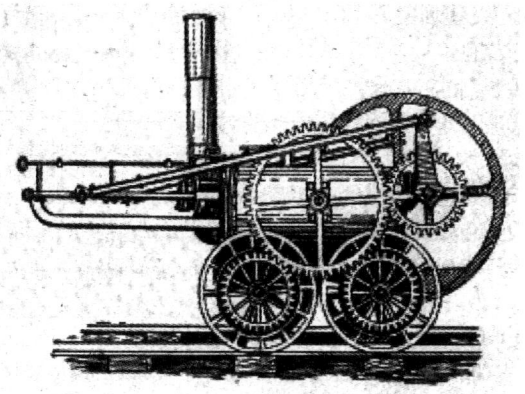

படம் 21.
டிரெவிதிக்கின் ஊர்தி எஞ்சின்

ஏராளமான மக்கள் அதைப் பார்த்து வியந்தார்கள். அந்நகரிலும் அது ஓடுவதற்காக ஒரு சிறிய பாதையை அவர் அமைத்தார். அந்த எஞ்சினின் பின்னே ஒரு கோச்சு வண்டி பிணைத்திருந்தது. துணிவுள்ள மக்கள் பலர் அந்தக் கோச்சு வண்டியில் ஏறிச் சவாரி செய்து மகிழ்ந்தார்கள்.

ஆனால் அந்த எஞ்சின் நெடுங்காலம் உழைக்கவில்லை. அதன் சட்டங்கள், அதன் அதிர்ச்சியையும் பளுவையும் தாங்காமல், பல இடங்களில் கீறிப் போயின. அதன் பின் அதை ஊர்தி எஞ்சினாகப் பயன்படுத்துவதற்கில்லை. அங்குள்ள ஓர் இரும்புத் தொழிற்சாலையில் உள்ள ஆலையை இயக்குவதற்கு அதை உபயோகித்தார்கள். இந்தத் தோல்வியால் டிரெவிதிக்கு மனம் தளரவில்லை. வேறு எப்பொழுதாவது தமக்கு வாய்ப்புக் கிடைக்கும் என்று நம்பியிருந்தார். வேல்ஸ் நாட்டின் தென் பகுதியில் ஓர் இரும்புத் தொழிற்சாலையில் அவர் எஞ்சினியராக அமர்ந்தார். அத்தொழிற்சாலைக்கு வேண்டிய தாது பொருள்களைக் கொண்டு வருவதற்கு அமைத்திருந்த ஒன்பது மைல் பாதையில், குதிரைகள் பூட்டிய வண்டிகளையே அதுவரை உபயோகித்து வந்தார்கள். அந்த வண்டிகள் தண்டவாளங்களின் மீது ஓடின. குதிரைக்குப் பதிலாக, நீராவியால் இயங்கும் ஊர்தி- எஞ்சினைப்

இரைக்கும் பிசாசு-Puffing Devil. ஆலை-mill.
வேல்ஸ்-wales. தாது பொருள் -mineral.

பயன்படுத்தலாம் என்று அவர் திட்டமிட்டு ஓர் எஞ்சினை அமைத்தார். 1804-ஆம் ஆண்டு பிப்ரவரி மாதம் 22-ஆம் தேதி யன்று, அந்த எஞ்சினை அங்கு 'வெள்ளோட்டம்' விட்டார்கள். பத்து டன் எடையுள்ள இரும்பையும் எழுபது ஆட்களையும் ஏற்றிய வண்டிகளை இழுத்துக்கொண்டு, அத்தண்ட வாளங் களின் மீது, பேரோசையோடு, மணிக்கு ஐந்து மைல் வேகத்தில் அந்த எஞ்சின் கடகட என்று ஓடிற்று. ஆனால், அந்த எஞ்சினுக்கும் ஆயுள் அதிகம் இல்லை. அதுசட்டம் முறிந்து, தண்டவாளத்தை விட்டு விலகிவிட்டது. வார்ப்பிரும்புத் தண்டவாளங்களும் எஞ்சினின் பளுவைத் தாங்காமல் நொறுங்கிப் போயின. முதலாவது எஞ்சினைப் போலவே அதுவும் ஓரிடத்தில் நிலையாக அமர்ந்து, வேலை பார்த்து வந்தது.

வழுவழுப்பான தண்டவாளங்களின் மீது வழுவழுப்பான சக்கரங்களை உடைய நீராவி ஊர்தி- எஞ்சினை முதன்முதலில் நடைமுறையில் ஓடவிட்டுக் காட்டிய பெருமை அவருடையதே. அதுவரை தண்டவாளங்களின் மீது ஓடிய ஊர்தி- எஞ்சின்கள் எல்லாம் பல்-சக்கரங்களால் பாதையைக் கௌவிக்கொண்டே முன்சென்றன. அப்படிப்பட்ட பிடிப்பு இருந்தால் அன்றி, அவை வழுக்கும், அவற்றால் ஓடமுடியாது என்று பலரும் நினைத்து வந்தார்கள். மேலுள்ள வண்டிகளின் பளுவே அவை அப்படி ஓடுவதற்குப் போதிய உராய்வை அளிக்கும் என்பதை முதன் முதலில் நிகழ்த்திக் காட்டியவர் அவரே.

பிறகு, டிரெவிதிக்கு ஊர்தி எஞ்சின்களை இயற்றும் காரி யத்தைக் கைவிட்டு, இலாபத்தை நாடி வேறு சில முயற்சிகளில் ஈடுபட்டார். ஆனால் அவர் தொட்ட காரியங்கள் எல்லாம் பயனற்றுப் போயின. அவர் ஏழையாகி, 1833-ஆம் ஆண்டில் காலமானார். அவருடைய தொழிற்சாலைத் துணைவர்கள் எல்லோருமாகச் சேர்ந்து, பணம் போட்டுத்தான் அவருடைய ஈமக்கிரியையை நடத்த வேண்டியதாயிற்று. அவருடைய மிக உயர்ந்த மேதையும் அவரது அழியாப் புகழும் அவரை வறுமையிலிருந்து காப்பாற்றவில்லை. கிட்டத்தட்ட அதே காலத்தில் அமெரிக்காவில் வாழ்ந்த ஆலிவர் இவான்ஸ் என்பவரும் நீராவியால் இயங்கும் எஞ்சின்களைத் தெருவில் ஓடவிட முயன்று வந்தார் என்பது குறிப்பிடத்தக்கது.

வார்ப்பிரும்பு-cast iron. **பல் சக்கரங்கள்**-toothed wheels.

பல் வைத்த சக்கரம்

ஒரு நிலக்கரிச் சுரங்கத்திலே ஜான் பிளெங்கின்ஸாப் என்பவர் வேலைபார்த்துவந்தார். அங்கிருந்து 3½ மைலுக்கு அப்பாலுள்ள லீட்ஸ் நகரத்துக்கு நிலக்கரியைக் கொண்டு சேர்க்க வேண்டியது அவருடைய பொறுப்பாக இருந்தது. அதை ஏற்றிய வண்டிகளை இழுப்பதற்கு டிரெவிதிக்கு இயற்றிய எஞ்சினே அங்கு உபயோகத்தில் இருந்து வந்தது. அது அடிக்கடி தடம் புரண்டது. ஆகையால், எஞ்சினில் ஒரு பல்-சக்கரமும் அதன் பற்களோடு இணையும்படி கீழே உள்ள தண்டவாளத்தில் சில பற்களும் இருந்தால், எஞ்சின் தடம் புரளாது என்று அவருக்குத்

படம் 22.

பிளெங்கின்ஸாப் இயற்றிய ஊர்தி எஞ்சின்

படம் 23.

நீராவி ஊர்தி எஞ்சினும் நிலக்கரி வண்டியும்

தோன்றிற்று. அப்படிப்பட்ட ஓர் அமைப்பை அந்த எஞ்சினில் அமைத்தார். எஞ்சினை ஓட்டும் நான்கு சக்கரங்களும் வழுவழுப்பாக இருந்தன. நடுவாக வைத்திருந்த ஒரு பல்-சக்கரத்தின் விளிம்பில் இருபது பற்கள் இருந்தன. 1812-ஆம் ஆண்டில் அமைக்கப்பட்ட அத்தகைய எஞ்சினை, தடம் புரளாமலும் நழுவாமலும், அந்தப் பற்கள் பிடித்துக் காப்பாற்றி வந்தன. இப்படிப்பட்ட ஏற்பாடு இப்போதுள்ள சாதாரண ரயில்

எஞ்சின்களுக்குத் தேவை இல்லை. மலைமீது ஓடும் எஞ்சின்களில் இதைப் போன்ற ஓர் ஏற்பாடு வழங்குகிறது; சில இடங்களில் இது தேவையாகவும் இருக்கிறது.

இரைக்கும் பில்லி

அக் காலத்தில் பிளாக்கெட்டு என்னும் பத்திரிகை ஆசிரியர் ஒருவர் இருந்தார். பல வேலைகளில் குதிரைகளுக்குப் பதிலாக நீராவியை உபயோகிப்பதே மேல் என்று அவர் எண்ணினார். டிரெவிதிக்கின் எஞ்சினுடைய சக்கரங்களுக்கு விளிம்பு வைத்துப் பார்த்தார். ஆனால் அங்குள்ள பாதை மரக்கட்டையால் அமைந்த பாதையாகையால் அதன் மீது இந்த எஞ்சினை ஓட்ட முடிய வில்லை. ஆதலால் அந்த எஞ்சினை நிலைத்த எஞ்சினாக உபயோகித்தார்கள்.

பிறகு, பாதையை இருப்புப் பாதையாக மாற்றினார்கள். பிளாக்கெட்டு தமக்கு இன்னும் ஓர் எஞ்சினை அமைத்துத் தரவேண்டும் என்று டிரெவிதிக்கைக் கேட்டார். ஆனால் டிரெவிதிக்கு, வேறு காரியங்களில் அப்போது ஈடுபட்டிருந்ததால்,

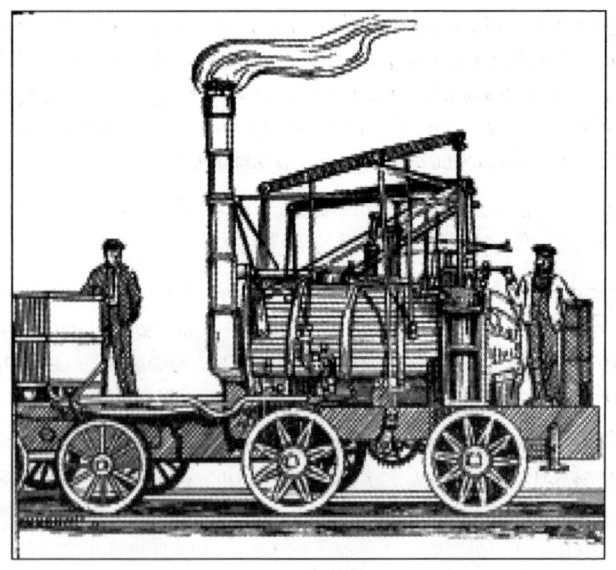

படம் 24.
இரைக்கும் பில்லி

ஆலிவர் இவான்ஸ் -Oliver Evans. **ஜான் பிளெங்கின்ஸாப்**-John Blenkisop. **லீட்ஸ்**-Leeds.

தம்மால் முடியாது என்று சொல்லிவிட்டார். ஆகவே பிளாக் கெட்டு வேறு எஞ்சினைத் தேட வேண்டியதாயிற்று.

பிளெங்கின்ஸாப்பு இயற்றிய பல் சக்கர முறை பிளாக் கெட்டுக்குப் பிடிக்கவில்லை. ஆகையால், அவர் ஹெட்லி, ஹாக்வொர்த்து என்னும் இருவரையும் வேறு வகையான எஞ்சினை அமைத்துத் தரும்படி கேட்டார். அவர்கள் அமைத்த முதல் எஞ்சின் சீராக வேலை செய்யவில்லை. இரண்டாவதாகக் கட்டிய எஞ்சின் நன்றாக வேலை செய்தது. ஆனால் அது கனம் மிகுந்தது. அந்த ரயில் பாதை அதைத் தாங்கவில்லை. ஆதலால், அந்த எஞ்சினின் சக்கரங்களில் சில மாறுதல்களைச் செய்தும், அவற்றிலிருந்து விளிம்பை நீக்கிவிட்டு, இருப்புப் பாதையில் ப-கரம் போல் இருபுறமும் உயர்ந்த விளிம்பை வைத்தும், அதை ஓடவிட்டபோது அது நன்றாக வேலை செய்தது. அதை இன்றும் கென்ஸிங்டன் காட்சி சாலையில் காணலாம். அதற்கு 'இரைக்கும் பில்லி' என்று பெயர். அக்காலத்தில் கட்டப்பட்ட மற்றோர் ஊர்தி எஞ்சினுக்கு 'ராயல் ஜார்ஜ்' என்று பெயர்.

ஆனால் அந்தக் காலத்தில் அவை போட்ட சத்தம் காதைச் செவிடாக்கும்படியாகவும், வீசிய புகை கண்ணைக் கரிக்கச் செய்யும்படியாகவும், மட்டில்லாமல் இருந்தன. ஆகவே எஞ்சினியர்கள் பாடுபட்டு, புகை-அறை என்ற ஓர் அமைப்பினால் இவ்விரண்டு தொந்தரவுகளையும் குறைத்தனர்.

இப்படிப் படிப்படியாகவும் சிறிது சிறிதாகவும் நீராவி எஞ்சின் முன்னேற்றம் அடைந்து வந்தது.

இவ்வாறு நீராவியை மேன்மேலும் அடக்கி ஆள அறிஞர்கள் வகை தெரிந்து கூறி வந்த பொழுது, பல துறைகளிலும் அதை உபயோகிக்கலாம் என்பதும் தெளிவாகி வந்தது. அவற்றில் சிலவற்றை மிகச் சுருக்கமாக இப்போது கவனிப்போம்.

நிலத்தில் வண்டிகளை ஓட்டுவதற்கு நீராவி எஞ்சின்களை உபயோகிப்பதுபோல, நீரின் மேல் ஓடும் படகுகளை ஓட்டுவதற்கும் நீராவி எஞ்சின்களை எளிதாக உபயோகிக்க

இரைக்கும் பில்லி-Puffing Billy. **பிளாக்கெட்டு**-Blackett. **ஹெட்லி**-Hedley. **ஹாக்வொர்த்து**-Hackworth.

கென்ஸிங்டன்-Kensington. **புகை-அறை**-smoke box. **ராயல் ஜார்ஜ்**-Royal George.

முடிந்தது. உண்மையில், முந்தியதிலும் பிந்தியதே எளிய துறை. ஏனென்றால், நீர் இறைக்கும் எஞ்சினை, அநேகமாக அப்படியே,

படம் 26.

ஷார்லட் டண்டாஸ்

கப்பலிலோ படகிலோ பொருத்தி, அதன் எஞ்சினின் இயங்கு சட்டத்தை ஒரு துடுப்புச் சக்கரத்தோடு பொருத்தினால் போதும். மேலும், நிலப் பாதையைப் போல் நீரின் மேல் மட்டம், சாதாரணமாக, மேடு பள்ளம் உடையது அன்று. அதனால் படகுகளை ஓட்டுவதற்காகப் பாதைகளைப் போட வேண்டிய தில்லை. பணச் செலவு அதிகம் செய்ய வேண்டியதில்லை. நிலத்தில் ஓடும் ஊர்தி எஞ்சினால் தீமைகள் உண்டாகும் என்று பல தடைகள் சொல்லப்பட்டன. அவற்றைப் போன்ற தடைகள் நீரில் ஓடும் படகைக் குறித்துச் சொல்ல முடியவில்லை.

சுமாராகப் பயன்படக்கூடிய நீராவிப் படகை முதன்முதலாக அமைத்தவர் வில்லியம் ஸிமிங்டன் என்பவர். அவர் 1801-ஆம் ஆண்டில் தொடங்கி, 1802-ஆம் ஆண்டில் 'ஷார்லட் டண்டாஸ்' என்னும் நீராவிப் படகைக் கட்டி முடித்தார். அதற்கு ஒரே ஒரு துடுப்புச் சக்கரம் இருந்தது. அது படகின் பின்புறமாக நடுவில் வைக்கப்பட்டிருந்தது.

அது வேறு இரண்டு படகுகளையும் இழுத்துக்கொண்டு, நல்ல எதிர் காற்றில், 19½ மைல் தூரம் 6 மணி நேரத்தில் ஓடிற்று. அதன் துடுப்புச் சக்கரத்தால் கால்வாயின் கரை பெயர்ந்துபோகும் என்று அஞ்சி, அது கால்வாயில் ஓடுவதை நிறுத்திவிட்டார்கள். ஆனால் அது வேலை செய்வதைக் கண்ட ஒருவர், தமக்கு அதைப்

துடுப்புச் சக்கரம்-Paddle wheel.

படம் 27.
ராபெர்ட்டு புல்டன்

போல் எட்டுப் படகுகள் கட்டித் தரும்படி சொன்னார். ஆனால் ஸிமிங்டன் அவற்றைக் கட்டத் தொடங்குவதற்கு முன் அவர் இறந்துபோய்விட்டார். ஆதலால், அம்முயற்சி கைவிடப்பட்டது.

ஸிமிங்டன் அமைத்த படகு ஓடியபோது அதைக் கருத்தோடு கவனித்தவர்களுள் ஒருவர் ராபெர்ட் புல்டன் என்பவர். அவர் அமெரிக்க நாட்டில் பிறந்தவர். அவருடைய முன்னோர் ஐர்லந்து நாட்டினர். அவர் ஓவியக் கலையில் ஈடுபட்டு, ஓவியம் கற்பதற்காக ஐரோப்பாவுக்குவந்தார். அப்போது நூதனமாக முன்னேறி வந்த இயந்திரத் துறை அவருடைய மனத்தைக் கவர்ந்தது. அதில் ஈடுபட்டார். அதன் வருங்கால விளைவை உணர்ந்தார். தமது நாட்டிலுள்ள பெரிய ஆறுகளில் இவ்வகையான படகு மிகவும் பயன் உள்ளதாக இருக்கும் என்பது அவருடைய மனத்தில் பட்டது. இந்தத் துறையில் முழு மனத்தோடும் இறங்கினார். பிரான்சு நாட்டிலுள்ள ஸேன் ஆற்றில் சோதனைகளை நடத்தினார். தாம் கட்டிய படகை நெப்போலியனுக்குக் காட்டினார். ஆனால் அவரிடமிருந்து ஆதரவு கிடைக்கவில்லை.

ஆகவே, அவர் தம் நாடு திரும்பினார். இங்கிலாந்து நாட்டினராகிய வாட்டு கட்டிய எஞ்சின் ஒன்றை வாங்கி, அதில் தமக்குத் தேவையான திருத்தங்களைச் செய்தும், புதிய பகுதிகளை வேண்டியவாறு பொருத்தியும், 'கிளேர்மாண்ட்' என்னும் படகை அமைத்தார். அது 189 அடி நீளம் உடையது. அதில் இருபுறமுமாக இரண்டு துடுப்புச் சக்கரங்கள் இருந்தன. சில பாய் மரங்களும் அதில் இருந்தன. அது 1807-ஆம் ஆண்டில் அமெரிக்காவில், 150 மைல் தூரம் எளிதில் ஓடித் திரும்பிற்று. அதன் பிறகும்

வில்லியம் ஸிமிங்டன்-William Symington. ஷார்லட் டண்டாஸ்-Charlotte Dundas. ராபர்ட் புல்டன்-Robert Fulton. ஸேன்-Seine. நெப்போலியன்-Napoleon. கிளேர்மாண்ட்-Clermont.

படம் 28.
கிளோர்மாண்ட்

ஒழுங்காக ஓடி வந்தது. அதைக் கண்டு, பெரிய படகுகள் கட்டப்பட்டன. அது முதல் அமெரிக்காவில் நீராவிக் கப்பல் பயன்படத் தொடங்கிவிட்டது.

அதற்கு ஐந்தாறு ஆண்டுகளுக்குப் பின்பே ஐரோப்பாவில் நீராவிப் படகு வழங்கத் தொடங்கிற்று. அதற்கும் இரண்டு மூன்று ஆண்டுகளுக்குப் பின்புதான், 1815-ஆம் ஆண்டு வாக்கில், முதன் முதலாகக் கடலில் நீராவிக் கப்பல் விடப்பட்டது. அது இங்கிலாந்திலிருந்து உலாந்து நாட்டுக்கு ஓடிற்று.

இவ்வாறு இந்தத் துறையும் வளர்ந்து வரும்பொழுது நீராவியை வேறு வகையாக வேறு சிலர் பயன்படுத்த முயன்றார்கள். அவற்றுள் ஒன்று நீராவிச் சம்மட்டி எனப்படும் கருவி. மற்றொன்று நீராவியால் இயங்கும் நெருப்பணைக்கும் இயந்திரம். இதைத் தவிர, நீராவிக் கலப்பை, நீராவி அழுத்து கருவி, நீராவித் துருவாரி முதலியவையும் நீராவியை வசப்படுத்தியதால் வேலை செய்த கருவிகள்.

நீராவிச் சுழல் சக்கர எஞ்சின் ஒன்று பிராங்காவினால் அமைக்கப்பட்டது என்று பார்த்தோம். அந்த முறையைப் பின்பற்றி, பல திருத்தங்களைச் செய்து, பார்சன்ஸ் என்பவர், நெடுங்காலத்துக்குப் பின்பு, ஒரு சுழல்-சக்கர நீராவி எஞ்சினை அமைத்தார்.

நீராவி இன்னும் வேறு எத்தனையோ துறைகளில் பயன் படுகிறது. உணவுப் பண்டங்களைப் பக்குவப்படுத்துதல்,

வைத்தியத் துறை, இயந்திரத் துறை முதலியவற்றில் அது நமக்கு மிகவும் துணை புரிகிறது. ஆனால் இந்தச் சிறு நூலில் இத்தனை துறைகளையும் விளக்கிக் கூற இடம் இல்லை. இங்கு நீராவி ரயில் எஞ்சினையும், அது முக்கியமாக உபயோகப்பட்டு வரும் ரயில் வண்டி துறையையும் சற்றே விரிவாகக் கவனிப்போம்.

உலாந்து-Holland. நீராவிச் சம்மட்டி-Steam lammer. அழுத்து கருவி-Press. துருவாரி-dredger. சுழல் சக்கரம்-turbine. பிராங்கா-Branca. பார்சன்ஸ்-Parsons.

ரயில் எஞ்சினின் தந்தை

முன்னோர் வகுத்த வழியில் பின்னோர் செல்வது எளிது. நீராவியின் துணையால் ஒரு நிலைத்த எஞ்சினை இயங்கச் செய்யமுடியும் என்று சில அறிஞர்கள் வழிகாட்டியபின் ஓர் ஊர்தி எஞ்சினையும் அவ்வாறே இயங்கி ஓடச் செய்ய முடியும் என்று வேறு சில அறிஞர்கள் அமைத்துக் காட்டினார்கள். அதைப் போலவே, ஊர்தி எஞ்சின் பிறந்த பிறகு, வேறு சில அறிஞர்கள், தம்முடைய முயற்சியாலும் அரிய சாதனைகளாலும், அதைத் திருத்தி வந்தார்கள். அவர்களுள் காலத்தால் முற்பட்டவர். ஸ்டீபன்ஸன் என்பவர். வாட்டு என்பவரை 'நீராவி எஞ்சினின் தந்தை' என்று கூறுவது மரபாக இருப்பது போல, ஸ்டீபன்ஸன் என்பவரை 'ஊர்தி எஞ்சினின், அல்லது ரயில் எஞ்சினின், தந்தை' என்று சொல்வதும் மரபாக இருக்கிறது. ஆதலால், அவரைப் பற்றிச் சற்றே விரிவாகத் தெரிந்து கொள்வது நன்று.

ஜார்ஜ் ஸ்டீபன்ஸன்

இங்கிலாந்தில் டைன் ஆற்றின் கரையிலுள்ள நியூகாசில் நகரின் அருகிலுள்ள வைலம் என்னும் சிற்றூரில் நிலக்கரி சுரங்கத் தொழிலாளர் ஒருவர் வாழ்ந்து வந்தார். 1781-ஆம் ஆண்டில் ஜூன் மாதம் 9-ஆம் தேதியன்று அவருடைய மகனாக ஜார்ஜ் ஸ்டீபன்ஸன் பிறந்தார். சிறு வயதில் அவர் எந்தப் பள்ளிக்கூடத்துக்கும் போய்ப் படித்ததில்லை. எந்தச் சித்திரப் புத்தகத்தையும் புரட்டிப் பார்த்து மகிழ்ந்ததில்லை. குழந்தைப் பிராயம் முதலே வயிற்றுப் பிழைப்புக்காக அவர் வேலையில் ஈடுபட வேண்டியிருந்தது. படிக்கக் கற்கு முன்பே வேலை செய்ய வழி காணவேண்டியிருந்தது. ஸ்டீபன்ஸனின் தந்தை நிலக்கரிச் சுரங்கத்தில் வேலை செய்யும் எஞ்சினுக்கு நிலக்கரியை ஊட்டும் தொழிலாளி. அவருடைய குடும்பத்தினர் அனைவரும் ஒரே அறையில்தான் வாழவேண்டியிருந்தது. அதன் தரையும் மண்தரை. அந்தக் காலத்தில் பண்டங்களின் விலை அதிகம். ஆதலால், தம்முடைய மக்கள் அறுவரில் ஒருவரைக் கூட அவரால் பள்ளிக்கூடத்துக்கு அனுப்ப முடியவில்லை. அவர்களும், கூடிய விரைவில் வேலையில் அமர்ந்து, குடும்ப வாழ்க்கையை நடத்த துணைபுரிய வேண்டியிருந்தது.

படம் 29.
ஜார்ஜ் ஸ்டீபன்ஸன்

குழந்தைப் பருவத்திலிருந்தே, எஞ்சின்கள் வேலை செய்வதைக் காணுவதில் ஸ்டீபன்ஸனுக்கு மிகவும் ஆசை இருந்தது. ஆதலால், நிலக்கரி சுரங்கத்தில் வேலை செய்து வந்த

நிலைத்த எஞ்சின்-Stationary engine. **ஜார்ஜ் ஸ்டீபன்ஸன்**-George Stephenson. **வாட்டு**-Watt. **நீராவி எஞ்சினின் தந்தை**-Father of the steam engine. **ஊர்தி எஞ்சினின் தந்தை**-Father of the locomotive. **டைன்**-Tyne. **நியூகாசில்**-Newcastle. **வைலம்**-Wylam.

எஞ்சினைக் காணும் பொருட்டு, அவர் தமது தந்தையாரின் சிற்றுண்டியை அங்கு ஆவலோடு எடுத்துச் செல்லுவார். தந்தை சிற்றுண்டி உண்ணும்போது, அந்த எஞ்சினின் பிஸ்டன் இயங்குவதையும், அதற்கு ஏற்ப அதில் உள்ள குறுக்குச் சட்டம் மேலும் கீழுமாக ஆடுவதையும், அவர் கண்கொட்டாமல் கவனித்து வருவார். எஞ்சினின் ஒவ்வொரு பகுதியின் இயக்கமும் அவரது மனத்தைக் கவர்ந்தது. அவருடைய மனத்தில் ஆழப் பதிந்தது.

தமது இளம் பிராயத்திலேயே, தமது தந்தையைப் போலவே, அவரும் நிலக்கரி சுரங்கத்தில் உள்ள எஞ்சினுக்குக் கரியூட்டும் வேலையில் அமர்ந்தார். தினந்தோறும் பன்னிரண்டு மணி நேர வேலை. வாரச் சம்பளம் பன்னிரண்டு ஷில்லிங்.

அவருக்கு அந்தக் காலத்தில் எண்ணிலோ, எழுத்திலோ, இயந்திர நூலிலோ, பௌதிகத்திலோ, யாதொரு புத்தகப் படிப்பும் இல்லாதிருந்தது. ஆயினும், அவருடைய மனம் முழுதும் இயந்திரக் கலையை நாடிச் சென்றது. அவர் வேலைக்குச் சென்றுவந்த நிலக்கரிச் சுரங்கத்திலே ஓரிடத்தில் நிலைத்த எஞ்சின் ஒன்று வேலை செய்துவந்தது. அது வாரத்தில் ஐந்தரை நாள், திங்கட்கிழமை முதல் சனிக்கிழமை பிற்பகல் வரை, வேலை செய்யும். பின்பு ஒன்றரை நாள் அதற்கு ஓய்வு. அதன் அமைப்பின் நுட்பங்களைப் புத்தகங்களின் மூலமாகவோ, படங்களின் மூலமாகவோ, அவருக்கு அறிந்துகொள்ள வாய்ப்பு இல்லை. ஆயினும் அவற்றை அறிய வேண்டும் என்னும் பேரவா அவருக்கு இருந்தபடியால், அவர் ஒவ்வொரு சனிக்கிழமை மாலையும், தமது வேலை முடிந்தவுடன், மற்றவர்களைப் போல் வீடு செல்லாமல், அங்கேயே தங்குவார். அந்த எஞ்சினின் வேலை நின்றபின், அதை அக்கு வேறு ஆணி வேறாகப் பிரித்து, அதன் வேலை தத்துவத்தைத் தன் அறிவினாலும் கைத் திறமையாலும் ஆராய்ந்து பார்ப்பார். எஞ்சினை முன்போல் மீண்டும் பொருத்துவார். அது சிரமமான வேலை; சம்பளம் இல்லாத வேலை. ஆனால் மனத்துக்கு இனிய வேலை.

அவருக்கு வயது பதினெட்டு ஆகிய பின்புதான் அவர் இராப் பள்ளிக்குச் சென்று, கல்வி கற்க தொடங்க முடிந்தது. அப் பள்ளிக்கு வாரச் சம்பளம் மூன்று பென்சு, ஆயினும் அதுவும்கூட

பிஸ்டன்-piston. குறுக்குச் சட்டம்-Cross bar.

அவர்களுக்குப் பெரும் செலவாகத் தோன்றியது. அந்தப் பள்ளிக்கூடத்தில் அவர் எழுதப் படிக்கக் கற்றுக் கொண்டார்.

அவருக்கு இருபத்தோரு வயதாக இருக்கும்போது, செல்வர்களின் வீடுகளில் வீட்டு வேலை செய்து வந்த வேலைக்காரி ஒருத்தியை மணந்துகொண்டார்.

அவருக்கு முப்பது வயது ஆன பின்பும்கூட நன்றாகக் கணக்குப் போட வராது. கணக்குப் போட்டு அதைப் பயிலுவதற்குப் போதிய நேரம் அதுவரை அவருக்கு இல்லை. அதனால் கை ஒழிந்த போதெல்லாம் கணக்குகளைப் போட்டுப் பயின்று வந்தார். அந் நாளில் சிலேட்டுப் பலகையில்தான் கணக்குப் போடுவது வழக்கம். அவரது நண்பர் ஒருவரே அவரது ஆசிரியர். அவர் நாள்தோறும், அந்த நண்பரின் வீட்டுக்குச் சென்று, கணக்குப் பயின்று வருவார். எஞ்சின் வேலை என்றாவது அதிகம் இருந்தால், அன்று அவர் அங்கு போய்வர முடியாது. அப்போதும் அவர், நாளை வீண்போக்காமல், தமது தொழிற் சாலையிலேயே கணக்கைச் சிலேட்டில் போட்டு, அந்தச் சிலேட்டைத் தமது ஆசிரியருக்கு அனுப்புவார். அவரும் அந்தக் கணக்கைத் திருத்தி, மறுபுறத்தில் புதுக் கணக்கைக் குறித்து அனுப்புவார்.

அவர் ஊக்கம் உள்ள உழைப்பாளி. பன்னிரண்டு மணி நேரம் எஞ்சினுக்குக் கரியை அள்ளிப் போடும் கடுமையான வேலையும் கூட அவரைச் சோர்வடையச் செய்யவில்லை. நாள் முழுதும் வேலை செய்துவிட்டு மாலையில் வீடு திரும்பிய பின்பும்கூட, தமது வீட்டில் அவர் பற்பல வேலைகளைச் செய்து வந்தார். மற்றவர்களுடைய சோடுகளை துடைத்துக் கொடுத்தல், கடிகாரங்களைச் செப்பனிடுதல், சட்டைகளுக்கு மாதிரிகளைக் காகிதத்தில் வெட்டிக் கொடுத்தல், முதலிய பற்பல வகையான வேலைகளைச் செய்து, இங்கு இரண்டு ஷில்லிங், அங்கு இரண்டு ஷில்லிங் என்று சம்பாதித்து வந்தார்.

சில காலம் சென்றதும், அவர் அயலூருக்குச் சென்று, அங்குள்ள ஒரு சுரங்கத்தில் வேலை பார்த்து வந்தார். அப்போதும் அவருடைய சம்பளம் மிகக் குறைவுதான். வாரத்துக்கு ஒரு பவுன்கூட இல்லை. ஆதலால், வேறு வகையாகப் பணம் சம்பாதிக்க ஏதாவது வழி உண்டா என்று அவர் தேடிக் கொண்டே இருந்தார்.

ஷில்லிங்-shilling. (பவுனில் இருபதில் ஒரு பங்கு.)
பென்சு-pence (பன்னிரெண்டு பென்சு ஒரு ஷில்லிங்). சிலேட்டுப் பலகை- slate.
சோடு-boots and shoes. மாதிரி-pattern.

அவருடைய வீட்டுக்கு அருகில் உள்ள கில்லிங்வொர்த் என்னும் ஊரில் இருந்த நிலக்கரிச் சுரங்கம் ஒன்றில் நீர் இறைத்து வந்த நீராவி எஞ்சின் ஒன்று சீராக வேலை செய்யவில்லை. ஓராண்டுக் காலம்போல், அது அந்தச் சுரங்கத்தில் நீரை இறைத்துக் கொட்ட முயன்றபோதிலும், அந்தச் சுரங்க நீரை முற்றும் இறைக்கமாட்டாமல், அது பயனற்றுப் பழுதாகி இருந்தது.

சில நண்பர்கள் இதை அவரிடம் தெரிவித்தார்கள். 'அந்த எஞ்சின் சீராக அமைக்கப்படவில்லை. அதில் பல குறைபாடு களும் ஏற்பட்டிருக்கின்றன. ஆதலால்தான் அது நன்றாக வேலை செய்யவில்லை; அந்தச் சுரங்கமும் நீரில் மூழ்கிவிட்டது. அந்த எஞ்சினைச் செப்பனிட்டால், அங்குள்ள நீரை ஒரே வாரத்தில் அப்புறப்படுத்தி விடலாம்' என்று அவர் சொன்னார். சுரங்கத்தி லிருந்து தண்ணீரை நீக்க வழி தெரியாமல் தவித்துக் கொண்டிருந்த அந்த அதிகாரிகள் அதைக் கேள்விப்பட்டு, ஸ்டீபன்ஸனை அழைத்து, தமது எஞ்சினைச் செப்பனிடச் சொன்னார்கள். அவரும் அதைப் பழுதுபார்த்துத் திருத்திச் செப்பனிட்டார். அதன்பின் எஞ்சின் நன்றாக உழைத்தது. சுரங்கத்தில் திரண்டிருந்த நீரை எல்லாம் விரைவில் இறைத்தது.

இந்தச் செயலால் அவருடைய புகழ் அக்கம்பக்கத்தில் பரவிற்று. அங்குள்ள எஞ்சின்களில் பல சீராக வேலை செய்யாமல், அடிக்கடி நின்று போவதுண்டு. அவை அடிப்படையில் நல்ல முறையில் அமைக்கப்படாமல் இருந்ததே இதற்குக் காரணம். இந்த எஞ்சின்களை எல்லாம் பழுது பார்க்கும் பொறுப்பு ஸ்டீபன்ஸனுக்கு அளிக்கப்பட்டது.

பிறகு, கில்லிங்வொர்த்து என்னும் ஊரிலேயே அவர் நிலையாகத் தங்கி, பற்பல திறமையான வேலைகளில் ஈடுபட்டார். அயலூரில் உள்ளவர்களும், அயல் நாட்டில் உள்ளவர்களும் அவரைப் பைத்தியக்காரன் என்றும், அபாயப் பேர்வழி என்றும், புரளி செய்து வந்த போதிலும், அந்த ஊரில் உள்ள மக்கள் பலரும் அவரை மேதாவி என்றே மதித்து, அன்போடு பாராட்டி வந்தார்கள்.

சுரங்கங்களில் கரிவண்டிப் பாதைகள்

அந்தக் காலத்திலே நிலக்கரிச் சுரங்கங்கள் இருந்த பிரதேசங்களிலே பாரம் ஏற்றிய நாலு சக்கர வண்டிகள் ஓடும்படி

பவுண்ட்-pound. கில்லிங்வொர்த்து-Killingworth.

திண்ணிய பாதைகள் அமைக்கப்பட்டிருந்தன. அவ்வண்டிகளின் சக்கரங்கள் நிலத்தில் படும் இடத்தில் மரக்கட்டைகளோ கற்களோ இரு வரிசையாக நெடுகப் பரவப்பட்டிருந்தன. அந்தக் கட்டைப் பாதை இருபுறமும் வண்டித் தடம் போல் அமைந்திருந்தது. அந்த இரண்டு தடங்களுக்கும் நடுவே உள்ள பகுதி, பளுவை இழுக்கும் குதிரைகள் கால்களை நன்றாக ஊன்றி நடக்கும் பொருட்டு, சுரசுரப்பாக விடப்பட்டிருந்தது.

முதன் முதலில், இப்படிப்பட்ட பார வண்டிப் பாதைகள் கனமான பலகைகள் அல்லது கட்டைகளால் அமைக்கப்பட்டு வந்தன. பின்னால், மரத்துக்குப் பதிலாக, வண்டிச் சக்கரத் தடங்களில், இரும்புச் சட்டங்கள் பதிக்கப்பட்டன. சக்கரங்கள் உருளும் பாதை மேடு பள்ளம் இல்லாமல், அதிகச் சுரசுரப்பும் இல்லாமல் இருந்தபடியால், பளு மிகுந்த வண்டிகளையும் குதிரைகள் மண் தரையில் போல் அவ்வளவு கஷ்டமில்லாமல் இழுத்துச் செல்ல முடிந்தது. இந்த வேலையில் குதிரைகளுக்குப் பதிலாக ஊர்தி எஞ்சின்களை உபயோகிப்பது நன்று என்பது சிலரின் நினைப்பு. அவர்களுள் ஸ்டீபன்ஸனும் ஒருவர்.

அவர் இயற்றிய முதல் ரயில் எஞ்சின்

ஆனால் அக் காலத்தில் சிறந்த தொழிற்சாலைகள் ஒன்றும் இல்லை; சிறந்த தொழிற்கருவிகளும் இல்லை; மற்ற வசதிகளும் குறைவு. மேலும் ஸ்டீபன்ஸனிடம் அதிகப் பணமும் கிடையாது.

படம் 30.

புளுக்கர்

புளுக்கர்-Blucher.

ஆதலால், முதலில் ரயில் எஞ்சினை இயற்றுவதற்கு அவர் மிகவும் கஷ்டப்பட வேண்டியிருந்தது. அவர் வேலை பார்த்து வந்த சுரங்கத்தில் உள்ள பட்டறைக் கருமான் அவருக்கு வேண்டிய இயந்திரப் பகுதிகளை, அவருடைய சொற்படி காய்ச்சி, அடித்து, இயற்றிக் கொடுத்தான். அந்த எஞ்சின் 1814-ஆம் ஆண்டு, கோடைக்காலத்தில் அமைக்கப்பட்டு முடிந்தது. அதன் பகுதிகள் எல்லாம் கரடுமுரடாக அமைந்திருந்தன. அந்த எஞ்சினுக்கு அவர் 'புளூக்கர்' என்று பெயரிட்டார். அது கில்லிங்வொர்த்து நிலக்கரிச் சுரங்கத்திலே இரும்புத் தண்டவாளங்களின் மீது ஓடி, நெடுநாள் திருப்தியாக வேலை செய்து வந்தது. அங்குள்ளவர்கள் அதை வியந்து பாராட்டினார்கள். ஆனால், அயல் ஊரில் உள்ளவர்கள் அதைப் பற்றி அதிகம் கேள்விப்படவும் இல்லை. கேள்விப்பட்டாலுங்கூட, அதைப் பற்றி யாதொரு கருத்துக் கொள்ளவும் இல்லை; அப்போது அந்த நாட்டில்; வேறு எந்த நிலக்கரிச் சுரங்கத்திலும், தண்டவாளங்களின் மீது ஓடும் ரயில் எஞ்சினை ஒருவரும் பயன்படுத்தவில்லை.

ரயில் வண்டிப் பாதை

இப்படி எல்லாம் நடந்து வந்த அக்காலத்தில் மக்களுக்கு இயந்திரங்களின் மீது சிறிது சிறிதாக நம்பிக்கை பிறந்து வந்தது. ரயிலின் மீதும் அவர்கள் மேன்மேலும் அக்கறை கொள்ளத் தொடங்கினார்கள். ரயிலைப் புதிய முறைகளில் பயன்படுத்த வழிகளைத் தேடினார்கள். இங்கிலாந்து நாட்டின் வடக்குப் பகுதியில் பல நிலக்கரிச் சுரங்கங்கள் இருக்கின்றன. அங்குள்ள ஆக்லந்து முதலிய சுரங்கங்களிலிருந்து தோண்டி எடுக்கப்படும் நிலக்கரியை, அங்கே ஓடும் டீஸ் ஆற்றின் வழியாக, துறைமுகப் பட்டினத்துக்குப் படகுகளில் ஏற்றி அனுப்பி வந்தார்கள். ஆனால் அந்தப் படகுகள் அடிக்கடி தடைப்பட்டு, ஆற்றில் மிக மெதுவாகவே சென்றன. கரியை விரைவாக எடுத்துச் செல்வது நன்று. ஆதலால் அங்குள்ள டார்லிங்டன் என்னும் நகரத்துக்கும் ஸ்டாக்டன் என்னும் பட்டினத்துக்கும் இடையே ஒரு வாய்க்காலை வெட்டுவதா, அல்லது ரயில் பாதையைப் போடுவதா என்ற விவாதம் எழுந்தது. கடைசியில் ரயில் பாதையைப் போடுவதே நல்லது என்று முடிவு செய்யப்பட்டது. அதன் மீது ஓடும் ரயில் வண்டிகளில் நிலக்கரியை விரைவாக எடுத்துச் செல்லலாம் என்பது அவர்களின் நோக்கம்.

அந்த ரயில் வண்டித் தொடரை இழுப்பதற்கு நிலைத்த எஞ்சினைச் சில பகுதிகளிலும் குதிரைகளைச் சில பகுதிகளிலும் உபயோகிக்க வேண்டும் என்பதே அவர்களுடைய முதலாவது எண்ணம். ஆனால் தொடக்கம் முதலே, ரயில் எஞ்சின்களைத் தான் உபயோகிக்க வேண்டும் என்று ஸ்டீபன்ஸன் வாய் ஓயாமலும், இங்கிதம் தெரியாமலும், வற்புறுத்தி வந்தார். தாம் ஏற்கெனவே இயற்றியிருந்த 'புளூக்கர்' என்னும் எஞ்சினை அவர்களுக்குச் சுட்டிக் காட்டினார். அவர் அப்படிச் சொல்லச் சொல்ல, அவருடைய கட்சிக்கு அதிக எதிர்ப்பு உண்டாயிற்றே தவிர, ஆதரவு கிடைக்கவில்லை. 'நீ கொஞ்ச நாள் வாயை மூடிக்கொண்டு சும்மா இரு. அப்போது எல்லோரும் உன்னைத் தாமாகவே தேடிக்கொண்டு வருவார்கள். நீ வற்புறுத்த, வற்புறுத்த, அவர்கள் உனக்கு விரோதமாகப் பேசுகிறார்கள்.' என்று அவருடைய நண்பர்கள் எச்சரிக்கை செய்ததை அவர் சிறிதும் பொருட்படுத்தவில்லை. தம்முடைய கொள்கையில் அவருக்கு அத்துணை நம்பிக்கை இருந்தது.

இப்படிப்பட்ட ஒரு ரயில் பாதையைப் போடுவதற்குப் புதிதாக பார்லிமெண்டில் சட்டம் அமைக்க வேண்டியிருந்தது. அந்தச் சட்டத்தின் பகுதிகளை ஆலோசித்து வந்த பொழுதும், ஸ்டீபன்ஸன் ஓயாமல் ரயில் எஞ்சின்களைப் பற்றிப் பேசி வந்ததால், தேவையானால், அந்தப் பாதையில் ரயில் எஞ்சின் களையும் உபயோகிக்கலாம் என்னும் அனுமதி அந்தச் சட்டத்தின் நிபந்தனைகளில் ஒன்றாகச் சேர்க்கப்பட்டது. ஆனால் வேகமாக ஓடும் எஞ்சின்களை உபயோகித்தால், அந்த ரயில் பாதை முயற்சியே வெற்றி பெறாமல் போய்விடும் என்று அந்தக் காரியத்தில் ஈடுபட்டவர்களில் பலர் நினைத்தார்கள்.

ஆயினும், முதன் முதலாக ரயில் பாதை போடுவதற்காகத் தொடங்கிய இந்த முயற்சிக்கு ஸ்டீபன்ஸனையே நிர்வாக எஞ்சினியராக நியமித்தார்கள். அந்த இரண்டு ஊர்களுக்கும் இடையே போடுவதாகத் திட்டமிடப்பட்ட இருப்புப்பாதை ஏறக்குறைய இருபத்தைந்து மைல் நீளம் உள்ளது. அங்கங்கே உள்ள இணைப்புப் பாதைகளையும் சேர்த்து, மொத்தம் 36 மைலுக்கு மேல் இல்லை. வார்ப்பிரும்புத் தண்டவாளங்களை விடத் தேனிரும்புத் தண்டவாளங்கள் விலை அதிகமாக

ஆக்லந்து-Auckland. **டீஸ்**-Tees. **டார்லிங்டன்**-Darlington. **ஸ்டாக்டன்**-Stockton.

இருந்தாலும், பாதை நன்றாக உழைப்பதற்காக அவற்றையே போட முடிவு செய்தார்கள்.

அந்தப் பாதையில் ஓடுவதற்கு ஏற்றபடி, மூன்று எஞ்சின்களை ஸ்டீபன்ஸன் அமைத்தார். ஆனால் ரயில் பாதையின் நிர்வாகிகள் திட்டமிடும் போது ரயில் பாதை முழுதும் அந்த எஞ்சின்களை உபயோகிப்பதற்கு அனுமதி கொடுக்கவில்லை. சில பகுதிகளில் அவற்றை உபயோகிக்க அனுமதித்தார்கள். மற்ற பகுதிகளில் குதிரைகளையே உபயோகிக்க வேண்டும் என்று வற்புறுத்தினார்கள். மேடு ஏறும் போதும், சம தளத்தில் செல்லும் போதும், அந்தக் குதிரைகள் ரயில் வண்டிகளை இழுத்துக்கொண்டு நடக்கும். சரிவில் வண்டிகள் தாமாகவே இறங்கும்போது, குதிரைகளும் தாழ்வாக அமைத்த வண்டிகளில் ஏறிக்கொண்டு, அவ்வண்டிகளின் மீது சவாரி செய்யும். பிறகு, வேறொரு மேடு வந்ததும், குதிரைகள் அவ்வண்டிகளிலிருந்து கீழே இறங்கி மறுபடியும் அவற்றை இழுத்துச் செல்லும். இதுதான் அவர்கள் செய்த முடிவு. அதற்காக ஏராளமாகக் குதிரைகளையும் வாங்கினார்கள்.

படம் 31.
லோகோமோஷன்

ஸ்டீபன்ஸனுக்குத் தம்முடைய ரயில் எஞ்சினில் முழு நம்பிக்கை இருந்தது. அவர்களுடைய செயலைக் கண்டு மனம் தளராமல், 'லோகோமோஷன்' என்னும் பெயர் இடப்பட்ட ரயில் எஞ்சினை அமைத்து வந்தார். அந்த எஞ்சினின் பின்னே இணைப்பதற்கு ஒரு பிரயாணி வண்டியையும் இரகசியமாகத் தயாரித்து வந்தார். அதற்குப் 'பரிசோதனை' என்று பொருள் படும். 'எக்ஸ்பெரிமெண்ட்' என்று பெயர் இட்டார்.

திறப்பு விழா

ஸ்டாக்டன்- டார்லிங்டன் ரயில் பாதையின் திறப்புவிழா 1825-ஆம் ஆண்டு ஸெப்டம்பர் மாதம் 27-ஆம் தேதியன்று

பார்லிமெண்டு-Parliament. வார்ப்பிரும்பு-Cast iron. தேனிரும்பு-Wrought iron.

கொண்டாடப்பட்டது. அது உலக முன்னேற்றத்தில் முக்கியமாகக் கருதவேண்டிய ஒரு நன்னாள்.

படம் 32.
எக்ஸ்பெரிமெண்ட்

அன்று டார்லிங்டனில் புதிதாக அமைக்கப்பட்ட ரயில் நிலையத்தில் 'லோகோமோஷன்' என்னும் ரயில் எஞ்சினில் ஸ்டீபன்ஸன் ஏறி, அதை ஓட்டத் தயாராக நின்றார். அந்த எஞ்சினின் பின்புறமாக, நிலக்கரியையும் பலவகைப் பண்டங்களையும் சுமக்கும் சில பார வண்டிகளும், கம்பெனி அதிகாரிகளும் நிர்வாகிகளும் அவர்களுடைய நண்பர்களும் ஏறிய 'எக்ஸ்பெரிமெண்ட்' என்னும் நூதனமான கோச்சு வண்டியும், மற்ற ஆட்கள் ஏறிய ஆள் வண்டிகளும், இன்னும் சில சாமான் வண்டிகளுமாக, மொத்தம் கிட்டத்தட்ட நாற்பது சிறிய வண்டிகள் இணைக்கப்பட்டிருந்தன. அவற்றின் மொத்தப் பளு கிட்டத்தட்ட 90 டன்.

அங்கே கூடியவர்களுள் ஒரு சிலரே அந்த எஞ்சின் அவ்வளவு பெரும் பளுவையும் இழுத்துக்கொண்டு ஓடும் என்று நம்பினார்கள். மற்றவர்களில் பலர் அந்த எஞ்சின் வெடித்து, பேராபத்தை விளைவிக்கப் போகிறது என்று அஞ்சினார்கள். அந்த எஞ்சின் முதலில் மணிக்குப் பத்து மைல் வேகத்தில் ஓடத் தொடங்கிற்று. சில இடங்களில் பதினைந்து மைல் வீதம் கூட ஓடிற்று. ஸ்டாக்டன் நகரில் ஏராளமான மக்கள் அதன் வருகையை எதிர்பார்த்துக் காத்திருந்தார்கள். அது வந்து சேர்ந்ததும், குதூகலத்தோடும் ஆரவாரத்தோடும் அதைப் பாராட்டினார்கள்.

வழி விலக்கிய குதிரை

ஆனால், மக்களுக்கு அதில் இருந்த அச்சம் முற்றும் நீங்கவில்லை. ஆதலால், மக்களின் மீதும் கால்நடைகளின் மீதும் ரயில் ஏறிவிடலாகாது என்பதற்காக, ஒவ்வொரு நாளும் ரயில் ஓடும்போது, ரயில் பாதையின் பக்கமாக, ஒருவன் கொடிபிடித்துக் குதிரையின்மீது ஏறி, ரயிலின் முன்னே சவாரி செய்து, எச்சரித்து வந்தான்.

நாட்டு மக்களின் அச்சம்

அந்தக் காலத்தில் ஒரு சில இடங்களில் ரயில் பாதைகளைப் போட்டு, அவற்றின் மீது ரயில் வண்டிகளைப் புதிதாக ஓடவிட்டபோது, சிலர் அந்த முயற்சிகளை ஒப்புக்கொண்டு வந்தபோதிலும், நாட்டுப்புறத்தில் உள்ளவர்களிலும் நகரத்தில் உள்ளவர்களிலும் கூட, பலர் பலவகையாக அதற்குத் தடை சொல்லி வந்தார்கள்.

'ரயில் பாதைகள் நாட்டின் அழகைக் கெடுத்துவிடும்' என்று நிலச்சுவான்தார்கள் கூறினார்கள். ஒரு மத குரு, 'ரயிலால் மக்களுடைய பக்தி குறைந்து போகும். அவர்களுடைய கடவுள் வழிபாடு தடைபடும். கோயிலில் நடத்தப்படும் மதப் பிரசங்கத்தைக் கேளாமல் ரயிலைப் பார்க்க ஓடிவிடுவார்கள்' என்று ஆட்சே பித்தார். 'ஆடு மாடு குதிரைகள் மேயும் புல்வெளிகளின் அருகில் பேரிரைச்சலிடும் எஞ்சினும், சடசட என்று ஓசைப்படுத்தும் வண்டி தொடர்களும் ஓடினால், கால்நடைகள் வெறித்து ஓடும்; அவை அச்சமுற்றுப் புல்லை மேயமாட்டா; கோழிகள் வழக்கம்போல் முட்டை இடமாட்டா; கறவைப் பசுக்கள் பாலைச் சுரக்கமாட்டா; வானத்தில் பறக்கும் பறவைகள் செத்து விழும்; ஏரில் பூட்டிய குதிரைகள் நடுங்கி, மெய்சிலிர்த்து நிற்கும்; அல்லது வெருண்டு ஓடிவிடும்; எஞ்சின் சுக்கும் புகையும் கரியும் நெருப்பும் பச்சைப் பயிர்களை எல்லாம் கரியாக்கி, பொசுக்கி, நாசமாக்கும்; வைக்கோல் போர்களுக்கும் தானியக் குவியல் களுக்கும் பேரபாயம் ஏற்படும்' என்று எல்லாம் பண்ணை யார்கள் கூறினார்கள். ரயில் பாதைகளை அமைத்துக் கொண்டி ருக்கும் தொழிலாளிகளை அவர்கள் தங்களுடைய ஆட்களைக் கொண்டு கம்புகளாலும் கட்டைகளாலும் தாக்கித் துரத்தி னார்கள். அவர்களின் மீது கற்களை எறிந்தார்கள். சிலர் துப்பாக்கிகளையும் உபயோகித்தார்கள். ஆனால், முன்னேறும் உலகை யாரால் தடுக்க முடியும்?

நகர மக்களின் அச்சம்

நகரத்தில் வாழ்ந்தவர்கள் வேறு வகையாகத் தடை கூறினார்கள். வேகமாக ஓடும் ரயில் வண்டியில் ஏறிச் சென்றால், மூச்சு நின்றுவிடும். மாரடைப்பு உண்டாகும், எலும்புகள் எல்லாம் தளர்ந்து, பூட்டு விட்டுப் போகும் என்றார்கள்.

லோகோமோஷன்-Locomotion. **பரிசோதனை-(எக்ஸ்பெரிமெண்ட்)**-Experiment.

அந்தக் காலத்தில் தூரப் பயணத்துக்குக் குதிரை பூட்டிய தபால் வண்டிகளே பயன்பட்டு வந்தன. தபால் வண்டி கம்பெனி களை நடத்தி வந்த முதலாளிகளும் ரயிலை எதிர்த்தார்கள். விரைவாகவும் அதிகச் செலவு இன்றியும், கஷ்டம் இன்றியும், நெடுந்தூரம் செல்லக்கூடிய ரயில்கள் வந்துவிட்டால், தாங்கள் நடத்திவரும் தொழில் நின்றுவிடும் என்று அவர்கள் நினைத்தார்கள். அவர்கள் நினைத்ததும் சரிதான். ரயில் வந்தபின் தபால் வண்டி ஓடுவது நின்று போயிற்று. அந்தத் தொழிலை நடத்தியவர்களுக்கு நஷ்டம் ஏற்பட்டது. ஆனால் குறைந்த செலவிலும், விரைவாகவும், மக்களையும் பண்டங்களையும் ரயில் வண்டிகளில் ஏற்றிச் செல்ல முடிந்தபடியால், நாட்டின் போக்குவரத்து வசதிகள் அதிக மாயின; வியாபாரம் செழித்து வளர்ந்தது; நாட்டின் செல்வம் ஓங்கி வளரத் தொடங்கிற்று.

மாஞ்செஸ்டர்- லிவர்பூல் ரயில் பாதை

டார்லிங்டன் ரயில் பாதை தொடங்கப்படுவதற்கு முன்ன மேயே இங்கிலாந்தில் உள்ள மாஞ்செஸ்டருக்கும் லிவர்பூலுக்கும் இடையே ரயில் பாதை போட வேண்டும் என்ற முயற்சி ஒன்று தொடங்கப்பட்டிருந்தது. ஆனால் பொதுமக்கள் அதை மிகவும் பலமாகக் குறை கூறியதால், அந்த முயற்சி கைவிடப்பட்டது. டார்லிங்டன் ரயில் பாதை வெற்றிகரமாகவும் இலாபகரமாகவும் இருப்பதைக் கண்டதும், பழைய முயற்சி மீண்டும் குருத்து விட்டது. பார்லிமெண்டின் அனுமதி கிடைத்ததும், ரயில் வேலையைத் தொடங்கவேண்டும் என்று தீர்மானித்து, ஸ்டீபன் ஸனிடம் அந்தப் பொறுப்பை ஒப்புவித்தார்கள்.

ரயில் பாதையை எப்படிப் போடலாம் என்று அவர்கள் பார்க்கப் போனபொழுது அங்குள்ளவர்கள் அவரை அன்போடு வரவேற்கவில்லை. நிலச்சுவான்கள் தங்கள் மண்ணை அவர் மிதிக்கலாகாது என்றார்கள். சில முரடர்கள் அவருடைய நில-அளவைக் கருவிகளை உடைத்தும், அவரை அச்சுறுத்தியும் தடை செய்தார்கள். ஆனால் ஸ்டீபன்ஸன் ஒன்றையும் கண்டு அஞ்சாமல், தமது வேலையை நன்றாகச் செய்து முடித்தார். பிறகு, பார்லிமெண்டிலும் பலவகையான தடைகள் எழுந்தன. அந்த ரயில் மணிக்குப் பன்னிரண்டு மைல் வேகத்தில் எளிதாக ஓடும் என்று ஸ்டீபன்ஸன் சொன்னார். இவ்வளவு பொறுப்பில்லாமல் மிகைபடக் கூறும் ஒருவரை ஒன்றிலும் நம்பலாகாது என்று அவர்கள் கூறி, அந்தப் பிரேரணையை முதலில் ஒப்புக்கொள்ள

மறுத்துவிட்டார்கள். மறுபடியும் அது ஆலோசனைக்கு வந்து, பின்னரே, ஒப்புக்கொள்ளப்பட்டது.

அடுத்தபடியாக, வேறொரு வகையான தடை கிளம்பிற்று. அந்த இரண்டு நகரங்களுக்கும் இடையே 'சாட் மாஸ்' எனப்படும் பெருஞ் சதுப்பு நிலம் ஒன்று இருந்தது. கோடைக்காலத்தில் அதைக் கஷ்டப்பட்டுக் கடக்கலாம். மழைக்காலத்தில் முப்பது அடி ஆழமுள்ள சேறு அதில் நிரம்பியிருக்கும். 'இப்படிப்பட்ட இடத்தில் சாதாரண வண்டிப் பாதையைக் கூடப் போட முடியாதே, பளுவான ரயில் ஓடக்கூடிய இருப்புப் பாதையை எப்படிப் போட முடியும்?' என்று சிறந்த எஞ்சினியர்கள் கூறினார்கள். ஸ்டீபன்ஸன் அந்தச் சதுப்பு நிலத்தின்மீது நல்ல பாதையை அமைத்து, அவர்கள் எல்லோரும் ஒன்றும் தெரியாமல் வாயில் வந்ததைப் பேசுபவர்கள் என்று நிரூபித்து விட்டார்.

நிலைத்த எஞ்சினா? ஊர்தி எஞ்சினா?

அதன் பிறகு, இன்னும் ஒரு வழக்குத் தொடங்கிற்று. 'ரயில் எஞ்சினை நம்ப முடியாது. நிலைத்த எஞ்சின்களை, சுமார் ஒரு மைல் தூரத்திற்கு ஒன்று வீதம், இடை இடையே அமைத்து, இருப்புக் கயிறுகளால் ரயில் தொடரை இழுப்பதே மேல்' என்று வாதாடினார்கள். 'ரயில் பாதை நூல் பிடித்தமாதிரி நேராக இருந்தால், ரயில் வண்டிகளை எஞ்சின்கள் அபாயம் இல்லாமல் இழுத்துக்கொண்டு ஓடலாம். ஆனால் பாதையில் பல வளைவுகள் இருப்பதால், வளைவில் எஞ்சினும் வண்டிகளும் தடம் புரண்டுவிடும்' என்றார்கள். ஆனால் ஸ்டீபன்ஸன் விடாப் பிடியாக 'ரயில் எஞ்சினையே உபயோகிக்க வேண்டும். இதுவரை ஒவ்வொரு படியிலும் நான் வெற்றி பெற்றிருக்கிறேன். என்னை இதிலும் நம்புங்கள்' என்றார்.

போட்டிப் பரிசு

அவருடைய உறுதியைக் கண்டு, அந்த நிர்வாகிகளுக்கு ஓரளவு நம்பிக்கை பிறந்தது. 'அவர் சொல்லுவதையும்தான் சரி பார்த்து விடலாமே' என்பது போல, ஒரு போட்டிப் பரிசை ஏற்படுத்தினார்கள். அருகில் உள்ள ரெயின்ஹில் என்னும் இடத்தில், இரண்டு மைல் நீளமுள்ள இருப்புப் பாதையைப் போட்டார்கள். அதன்மீது ஒவ்வோர் எஞ்சினும், மணிக்குப் பத்து

மாஞ்செஸ்டர்-Manchester. லிவர்பூல்- Liverpool. நில-அளவைக் கருவிகள்- surveying instruments. சாட்-மாஸ்- Chat Moss.

படம் 33.
ராக்கெட்டு

மைல் வேகத்துக்குக் குறையாமல், இருபது தடவை, ஓட வேண்டும். எஞ்சினின் விலை 550 பவுனுக்கு மேற்படலாகாது. எஞ்சினுக்கு நாலு சக்கரம் இருந்தால், அதன் மொத்தப் பளு 4 ½ டன்னுக்கு மேல் போகலாகாது. ஆறு சக்கரம் இருந்தால், 6 டன்னுக்கு மேல் இருக்கலாகாது. நீராவியின் அழுத்தம் சதுர அங்குலத்துக்கு 50 பவுண்டுக்கு மேல் போகலாகாது. எஞ்சினில் இரண்டு காப்பு-வால்வுகள் இருக்க வேண்டும். எஞ்சின் எவ்வளவு பளு உள்ளதாக இருக்கிறதோ அதைப் போல் மும்மடங்கு பளுவையாவது அது இழுக்கக் கூடியதாக இருக்க வேண்டும் - என்பவை போன்ற சிற்சில கடுமையான நிபந்தனைகளைப் புகுத்தினார்கள். வெற்றிப் பரிசு 500 பவுன் என்று விளம்பரம் செய்தார்கள்.

போட்டியிட்ட எஞ்சின்கள்

1829-ஆம் ஆண்டு அக்டோபர் மாதம் போட்டி நடைபெறும் என்று குறித்திருந்தது. அன்று ஸ்டீபன்ஸன் இயற்றிய 'ராக்கெட்டு' (சீறுவாணம்) பிரேத்வேட், எரிக்ஸன் என்பவர்கள் இயற்றிய 'நாவெல்டி' (புதுமை), டிமதி ஹாக்வொர்த் இயற்றிய 'ஸான்ஸ் பரீல்' (ஈடற்றது), டிமதி பர்ஸ்டல் இயற்றிய 'பெர்ஸெவெரென்ஸ்' (விடாமுயற்சி) என்னும் பெயர் பூண்ட நான்கு எஞ்சின்கள் அந்தப் போட்டியில் கலந்துகொண்டன. முதலில் குறிப்பிட்ட தேதியன்று நாவெல்டியின் துருத்தி உடைந்து போயிற்று.

ரெயின் ஹில்-rainhill.

ஸான்ஸ் பரீலின் கொதிகலத்தில் ஏதோ தவறு காணப்பட்டது. ஆதலால் அன்று நடந்திருக்க வேண்டிய போட்டி ஒத்திவைக்கப்

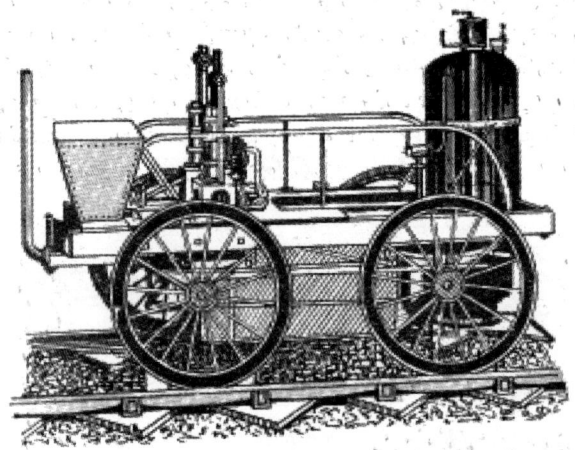

படம் 34.
நாவெல்டி

பட்டது. அங்கு கூடிய மக்கள் ஏமாற்றம் அடைந்ததைக் கண்ட ஸ்டீபன்ஸன், ராக்கெட்டின் பின்னால் ஒரு வண்டியில் 36 பேரை ஏற்றி, அதைக் கிட்டத்தட்ட 30 மைல் வேகத்தில் ஓட்டினார்.

Courtesy: Crown Copyright, Science Museum, London
படம் 35.
பெர்ஸெவெரென்ஸ்

பின்பு குறிப்பிட்ட தேதியில் போட்டி நடந்தது. அன்றும் ராக்கெட்டு ஒன்றுதான், எதிர்பார்த்ததற்கு மேலாக, மிகவும் ஒழுங்காகவும், சீராகவும், எவ்விதத் தவறு இல்லாமலும் ஓடிற்று. அந்த எஞ்சின் மட்டும் தனியாக மணிக்கு 29½ மைல் வீதமும், முப்பத்தாறு பிரயாணிகளை ஏற்றிய வண்டியை இழுத்துக் கொண்டு மணிக்கு 28 மைல் வீதமும் சென்றது. நாவெல்டி, நீராவியின் அழுத்தம் தாங்காமல், வெடித்துப் போயிற்று. ஸான்ஸ்

படம் 36. லையன் (1829)   படம் 37. ஓல்ட் ஐயர்ன்ஸைட்ஸ் (1832)
இவ்விரண்டு எஞ்சின்களும் அமெரிக்காவில் ஓடியவை.

பரீல் மட்டுக்குமிஞ்சிய பளு உடையதாக இருந்தது; கரியை மிகவும் அதிகமாக விழுங்கியது; எட்டாவது முறை ஓடும்போது பாதியில் நின்றும் போயிற்று. பெர்ஸெவெரென்ஸ் என்னும் எஞ்சினில் ஏதோ தவறு ஏற்பட்டதால், அது போட்டியில் மேலும் கலந்துகொள்ளவில்லை. இவ்வாறு ராக்கெட்டு எளிதாக வெற்றி பெற்றது.

திறப்பு விழா

ஆதலால், அந்த ரயில் நிர்வாகிகள் அப் புதிய ரயில் பாதையில் ஓடுவதற்கு ஏற்ற எஞ்சின்களையும் வண்டிகளையும் கட்டும் பொறுப்பை ஸ்டீபன்ஸனிடமே ஒப்புவித்தார்கள். திறப்பு விழா 1830-ஆம் ஆண்டு, செப்டம்பர் மாதம், 15-ஆம் தேதி என்று

Courtesy: Crown Copyright, Science Museum, London

படம் 38.

ஸான்ஸ் பரீல்

தீர்மானிக்கப்பட்டது. நாட்டின் முதன்மந்திரி உட்பட பல பெரிய மனிதர்கள் அங்கே வந்திருந்தனர். பல எஞ்சின்களும் வண்டித் தொடர்களும் கலந்து நின்றன. முதலாவது ரயில் தொடரை இழுத்த எஞ்சினின் பெயர் 'நார்த்தம்பிரியன்' என்பது நார்த்தம் பெர்லந்து என்னும் மாகாணத்தில் ஸ்டீபன்ஸன் பிறந்தபடியால் அந்த எஞ்சினுக்கு அந்தப் பெயர் இடப்பட்டது. அதை ஜார்ஜ் ஸ்டீபன்ஸனே ஓட்டினார். அதோடு இணைத்த வண்டிகளில் முதன் மந்திரி முதலியோர் ஏறியிருந்தனர். அதை அடுத்து மற்றொரு ரயில் தொடரை இழுத்த எஞ்சினை ஓட்டியவர் ஜார்ஜ் ஸ்டீபன்ஸனின் மகனான ராபெர்ட்டு ஸ்டீபன்ஸன் என்பவர். அதோடு பிணைத்த வண்டிகளிலும் பல விருந்தாளிகள் ஏறியிருந்தார்கள். அதன் பின்னர் இன்னும் ஐந்து ரயில்கள் ஓடின. மொத்தம் எட்டு எஞ்சின்கள் அந்த விழாவில் கலந்துகொண்டன. எல்லாமாகச்சேர்ந்த காட்சி கண்ணைக் கவருவதாக இருந்தது. அவை மணிக்கு இருபத்தோரு மைல் வீதம் ஓடின. நடு வழியில்

காப்பு-வால்வு-Safety valve. ராக்கெட்-Rocket. பிரேத்வேட்-Braithwaite. எரிக்ஸன்-Ericson. நாவெல்டி-Novelty. டிமதி ஹாக்வொர்த்-Timothy Hackworth. ஸான்ஸ் பரீல்-Sans Pareil. பர்ஸ்டல்-Burstall. பெர்ஸெவெரென்ஸ்-Perseverance.

படம் 39.
நார்த்தம்பிரியன்

பார்க்ஸைடு என்னும் ரயில் நிலையத்தில் ரயில் ஊர்வலத்தை மந்திரி காணும் பொருட்டு, அவர் ஏறிய ரயில் நிறுத்தப்பட்டது.

முதல் ஆபத்து

அப்போது ஒருவரும் வண்டியை விட்டு இறங்கலாகாது என்று கடுமையாக எச்சரித்திருந்தார்கள். ஆனால் ஹஸ்கின்ஸன் என்னும் பார்லிமெண்டு உறுப்பினர் முதன் மந்திரியைப் பார்த்துப் பேசுவதற்காக இறங்கி, அவருடைய வண்டியின் ஜன்னலின் அருகே சென்றார். ஓர் எஞ்சின் வேகமாக வரக் கண்டு, இன்னது செய்வது என்று தெரியாமல், வண்டியில் பரபரப்பாக ஏற முயன்றார். கதவு திடீரென்று திறந்தது. அவர், பிடி தவறி, ரயில் பாதையில் விழுந்தார். வந்துகொண்டிருந்த எஞ்சின் அவர்மீது மோதிற்று; அவருக்குக் கால் முறிந்துவிட்டது. அவரை உடனே ஒரு ரயிலில் ஏற்றி, பதினைந்து மைல் தூரத்திலுள்ள ஆசுப்பத்திரிக்கு அரைமணி நேரத்துக்குள் எடுத்துச் சென்ற போதிலும், அதிர்ச்சியாலும் காயத்தாலும் அவர் அன்று மாலையே இறந்துவிட்டார். அன்று மக்கள் அடைந்த பெரு மகிழ்ச்சியோடு இந்தத் துயரமும் கலந்தது. ஆயினும், ரயில் வண்டி துறை அன்று முதல் மேன்மேலும் விரைவாகவே வளரத் தொடங்கிற்று.

நார்த்தம்பிரியன்-Northumbrian. நார்த்தம் பெர்லந்து-Northumberland. பார்க்ஸைடு-Parkside. ஹஸ்கின்ஸன்-Huskinson.

சில விளைவுகள்

நன்மையோடு பலகாலும் தீமை கலந்து காணப்படுகிறது. இந்த வெற்றியினால் நாடெங்கும் மட்டுக்கு மிஞ்சிய பரபரப்பு உண்டாயிற்று. வஞ்சகர்கள் சிலர் போலி ரயில் பாதைக் கம்பெனிகளை தொடங்கினார்கள். ஏமாந்த மக்கள் சிலர் தங்கள் பணத்தை அவற்றில் கொட்டி இழந்தார்கள். ரயிலின் முன்னேற்றத் தால் தபால் வண்டிகளுக்கும் கால்வாய்ப் படகுகளுக்கும் வரவர ஆதரவு குறைந்தது. அத்துறைகளில் வேலை செய்து பிழைத்து வந்த பலருக்குப் பிழைப்பு இல்லாமல் போயிற்று. ஆனால், ரயில் துறையால் மிகப் பலருக்கு வேலை கிடைத்தது. பிரயாணி களையும் பண்டங்களையும் சுமப்பது முன்னிலும் விரைவாகவும் மலிவாகவும் நடைபெற்றது. நாடு பலவகையிலும் செழிக்கத் தொடங்கிற்று.

ரயில் எஞ்சினின் உறுப்புகள்

மூன்று உறுப்புகள்

ரயில் எஞ்சின் ஒரு சக்தி நிலையம்; ஓர் ஊர்தியும் கூட. கொதிகலம், எஞ்சின் அல்லது இயந்திரப் பகுதி, உடற்சட்டம் எனப்படும் அடிச்சட்டம் ஆகிய மூன்றும் அதன் முக்கியப் பகுதிகள். தண்ணீர்த் தொட்டி, கரித்தொட்டி, பிரேக்கு முதலியவற்றை அதன் இணை உறுப்புகள் என்று சொல்லலாம். கொதிகலம் என்பது நீராவியை இயற்றித் தரும் பகுதி. நெருப்பறை, புகையறை முதலியவை அதன் முக்கிய உறுப்புகள். எஞ்சின் என்பது அந்த நீராவியைப் பயன்படுத்தும் பகுதி. சிலிண்டர்கள், பிஸ்டன்கள், பிஸ்டன் தண்டுகள், குறுக்குக் கொண்டைகள், இணைப்புச் சட்டங்கள் என்பவை இயந்திரப் பகுதியின் சில முக்கிய உறுப்புகள். உடற்சட்டம் என்பது இவை இரண்டையும் தாங்கும் அடிப்பகுதி. நெடுஞ்சட்டங்கள், குறுக்குச் சட்டங்கள், அவற்றைத் தாங்கும் விற்கள், அச்சுகள், அச்சுப்

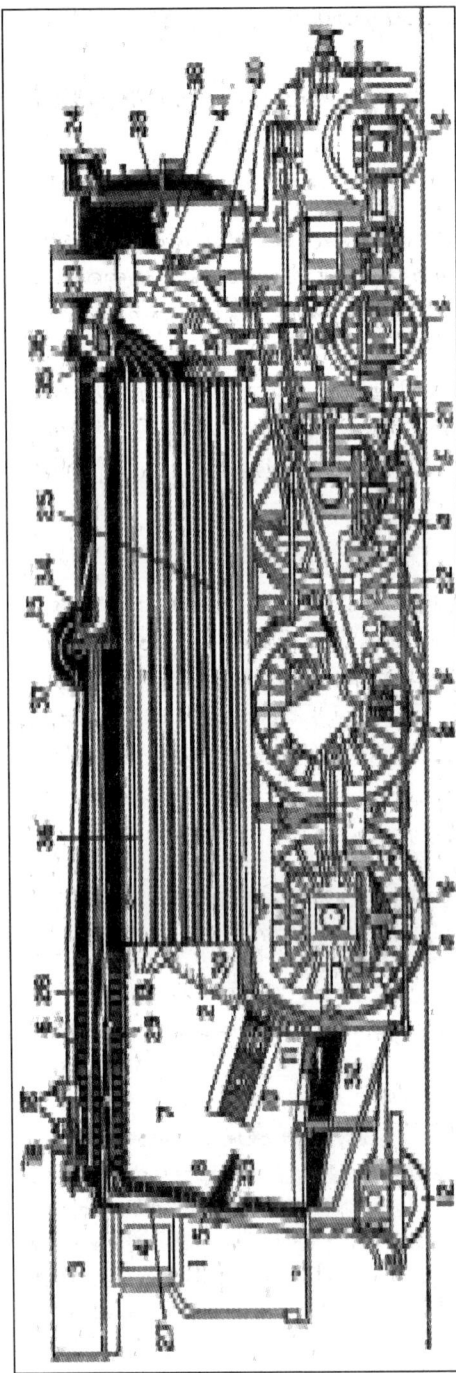

படம் 40.

ரயில் எஞ்சினின் பகுதிகள் பலவற்றைக் காட்டும் படம்.

ரயில் எஞ்சினின் உறுப்புகள்

1. எஞ்சின்-ஓட்டி அறைப்பகுதி
2. நெருப்புக் குழாய்கள்
3. எஞ்சின்-ஓட்டி அறையின் மேல்கூரை
4. எஞ்சின்-ஓட்டி அறையின் ஜன்னல்
5. நெருப்பறைக் கதவு (கரியூட்டு கதவு)
6. அடக்கு கோல்
7. நெருப்பறை
8. நெருப்பு ஒதுக்கி
9. வெடிக்காத செங்கல் மேற்கட்டி
10. இடைவெளி
11. நெருப்புக் கிராதி
12. சக்கரத்தின் வட்டை அல்லது வளையம்
13. மிகுவெப்பமேற்றிக் குழாய்கள்
14. நெருப்புக் குழாய்கள்
15. அடக்கு- வால்வு
16. காப்பு வால்வு
17. மணல் தெளி கருவி
18. காப்பு வால்வு (அண்டையில் ஊதுகுழல்)
19. சிலிண்டர்
20. பிஸ்டன்
21. பிஸ்டன் தண்டு
22. இணைப்புக்கோல்
23. புகைப்போக்கி
24. விளக்கு
25. நெருப்புக் குழாய்
26. கிராதிச் சட்டமும் தூண்களும்
27. கோல்
28. மேல் தகடு (கொதிகலம்)
29. கிராதிச் சட்டம்
30. எரி அறை
31. முன்புறத் தகடு
33. நெருப்புத்துளை (கரியூட்டு வாய்)
34. நீராவிக் குழாய்
35. மிகுவெப்பமேற்றி அறை
36. மிகு வெப்பமேற்றிக் குழாயும் தலையும்
37. நீராவி அறை
38. புகை அறை
39. முன்புறக் கதவு (புகையறைக் கதவு)
40. ஊதுலைக் கருவி (குழாய்)
41. நீராவிக் குழாய்

பெட்டிகள், சக்கரங்கள் என்பவை எல்லாம் அதன் முக்கிய உறுப்புகளில் சில.

துணை உறுப்புகள்

இம் மூன்று முக்கிய உறுப்புகளும் ஒழுங்காக வேலை செய்ய வேண்டுமானால் பல துணை உறுப்புகள் தேவையாக இருக்கின்றன. அவற்றுள் முக்கியமானவை நெருப்பறை அல்லது அடுப்பு, நீர் அறை அல்லது தண்ணீர்த் தொட்டி, கரி அறை அல்லது கரித் தொட்டி, நீராவி அறை அல்லது நீராவிக் கும்பம், புகை அறை, புகைப் போக்கி, எஞ்சினை ஓட்டவும், நிறுத்தவும், செம்மையாய் உழைக்கவும், மேல்பார்க்கவும், உதவும் கருவிகளின் தொகுதி, என்பவை.

அடிப்படைச் சக்தி

நீராவி எஞ்சின் என்னும் சக்தி-நிலையம் நிலக்கரி, எண்ணெய் போன்ற ஏதாவதொரு எரி பொருளில் அடங்கிக் கிடக்கும் வெப்ப சக்தியை இயங்கும் இயந்திர சக்தியாக மாற்றுகிறது. ஆனால், இம் மாற்றம் நீராவி எஞ்சினில் உடனடியாகவும் நேர்முகமாகவும் நிகழ்வதில்லை. நீராவி எஞ்சினில் பயன்படுத்தப்படும் எரி-பொருள் இயற்றித் தரும் வெப்பம், முதல் படியில் நீரை நீராவியாக மாற்றுகிறது. பிறகு, அந்த நீராவியின் விரிவினாலும் மீள்சக்தி யினாலும் கிடைக்கும் சக்தி நீராவி எஞ்சினின் இயந்திரத் தொகுதியை இயக்கப் பயன்படுகிறது. ரயில் எஞ்சின் என்பது நீராவி எஞ்சினில் ஒரு வகை. இந்த இயங்கு சக்தி ரயில் எஞ்சினைத் தண்டவாளங்களின் மீது ஓடச் செய்கிறது. எஞ்சினும் தன்னோடு பிணைத்திருக்கும் வண்டி தொடரை இழுத்துக்கொண்டு ஓடுகிறது.

கொதிகலம்-boiler. எஞ்சின்-engine. உடற்சட்டம்-அடிச்சட்டம்-underframe. பிரேக்கு-brake. தண்ணீர்த் தொட்டி-water tank. கரித்தொட்டி-coal box. நெருப்பறை-fire box. புகையறை-smokebox. சிலிண்டர்-cylinder. பிஸ்டன் -piston. பிஸ்டன் தண்டு-piston rod. குறுக்குக் கொண்டை-cross-head. இணைப்புச் சட்டம்-link rod. விற்கள்-springs. அச்சு-axle. அச்சுப்பெட்டி-axle box. நீராவி-அறை (நீராவிக் கும்பம்)-steam dome. புகைப்போக்கி-chimney (funnel).

நெருப்பறை

ரயில் எஞ்சினில் ஒரு பெரிய அடுப்பு இருக்கிறது. அதற்கு ஒரு பக்கத்தில் கதவு வைத்திருக்கும்; மற்றப் பக்கங்களில் பெட்டிபோல் அடைத்திருக்கும். ஆதலால், அதை நெருப்பறை அல்லது நெருப்புப் பெட்டி என்று சொல்லுகிறார்கள். உண்மையில், ரயில் எஞ்சினில் ஒன்றல்ல, இரண்டு நெருப்பறைகள் இருக்கின்றன. அவை ஒன்றின் உள்ளே ஒன்றாக அமைக்கப்பட்டிருக்கின்றன. ஒன்றுக்கு வெளி நெருப்பறை என்று பெயர்; மற்றொன்றுக்கு உள் நெருப்பறை என்று பெயர். வெளி நெருப்பறை என்பது ஒரு மூடி. அதை உறை என்றும் சொல்லலாம். அதன் மேற்புறம், பக்கங்கள், பின்புறம், ஆகியவை கனமான ஒரே தகட்டினால் அமைக்கப்பட்டிருக்கும். முன்புறத்துக்குக் குரல்வளை அல்லது சேணத் தகடு என்று பெயர். அதன் பின்புறத்தில் கரியூட்டும் கதவு வைத்திருக்கும். உள் நெருப்பறையில் தான் நெருப்பு எரிகிறது. இது முன்காலத்தில் சிலிண்டர் வடிவமாக அமைக்கப்பட்டு வந்தது. இக்காலத்தில் சில வகை எஞ்சின்களில் இது கனச் செவ்வக வடிவமாக அமைக்கப் பட்டிருக்கும். சிலவகைப் பெரிய எஞ்சின்களில் இந்தக் கொதிகலத்தின் மேல்பக்கம் அரைவட்ட வடிவமாகக் கமானைப் போல் அமைந்திருக்கும். இரண்டு அறைகளும் ஒன்றோடொன்று நன்கு இணைக்கப்பட்டிருக்கும். சில பெரிய எஞ்சின்களில் உள் நெருப்பறை ஏழடி நீளமும், ஆறடி அகலமும், இரண்டடி ஆழமும், உள்ளதாக இருக்கும். இன்னும் பெரிய நெருப்பறை களும் உண்டு. இந்த அறையின் பின்பக்கத்தில் நெருப்புக்குக் கரியூட்டுவதற்காக ஒரு கதவு வைத்திருக்கும். கரியை அதனுள் ஊட்டும்போது கதவைத் திறந்து, கரியை உள்ளே செலுத்து வார்கள்; மற்ற வேளைகளில் இதை மூடிவிடுவார்கள். இல்லாவிட்டால், அனல் வீசும் வெப்பம் கரி ஊட்டியின் மீதும் எஞ்சின் ஓட்டியின்மீதும், தாங்க முடியாதபடி, உறைக்கும்; ஓரளவு வீண் போகும். உள் நெருப்பறையைச் சுற்றி, நாற்புறமும், மேலும் கூட, அதற்கும் வெளி நெருப்பறைக்கும் இடையே, இடைவெளிகள் இருக்கும். நெருப்பறையின் அடிப்புறத்தில் நெருப்பு எரிந்துகொண்டிருக்கும். அதற்குக் கீழே எரியும் நிலக்கரியைத் தாங்கும் கிராதிச் சட்டங்களும், அச்சட்டங் களுக்குக் கீழே நெருப்பிலிருந்து விழும் சாம்பலை ஏற்கும் சாம்பல் தட்டும் இருக்கும்.

மீள்சக்தி- elasticity. **குரல்வளை அல்லது சேணத்தகடு**-throttle or saddle plate.

இடைவெளி

இரண்டு நெருப்பறைகளுக்கும் இடையே உள்ள இடைவெளியின் அளவு நாற்புறமும் மூன்று அல்லது நான்கு அங்குலம் போல் இருக்கும். மேலே உள்ள இடைவெளி இன்னும் சற்று அதிகம் இருக்கும். இந்த இடைவெளி கீழ்ப்புறத்தில் எஃகுத் தகட்டால் அடைத்து மூடியிருக்கும். இது கொதிகலத்தோடு இணைத்திருக்கும். இதில், நீர் நிரம்பியிருக்கும். வெப்ப நீர், நீராவி ஆகியவற்றின் அழுத்தமும் இந்த இரண்டு நெருப்பறைகளின் மீதும் உறைக்கும். அப்போது அவற்றால் இவை விலகியோ நெருங்கியோ போகாதபடி, நூற்றுக்கணக்கான சின்னஞ் சிறு 'தூண்கள்' இவற்றைத் தாங்கியும் இணைத்தும் பிடித்து நிற்கின்றன. இத்தூண்கள் சுமார் ஓர் அங்குல கனம் உள்ள கம்பிகள். இவை எஃகினாலோ அல்லது தாமிரத்தாலோ செய்யப்பட்டிருக்கும்.

உள் நெருப்பறையின் உட்புறத்திலே, கிட்டத்தட்ட நடுப்பகுதியில், நெருப்பினால் வெடிக்காத செங்கல்களால் அமைந்த, ஒரு வளைந்த மேற்கட்டி கட்டப்பட்டிருக்கும். அதற்கு எதிர்ப்புறத்தில் சாய்வான ஒரு சரிவுத் தகடு பொருத்தியிருக்கும். இவை இரண்டுமாகச் சேர்ந்து, கீழுள்ள நெருப்புக் கிராதியின் ஊடாக வரும் காற்று நிலக்கரியின்மீது சற்றே படிந்து, நன்கு உறைக்கும்படியும், அப்படி உறைக்காமல் விரைவாக ஓடி விடாதபடியும், செயல்புரிகின்றன. இந்த உள் நெருப்பறையின் முன்புறத்தில் உள்ள கொதிகலத்தின் முக்கியப் பகுதிக்கும் நெருப்பறைக்கும் இடையே கொதிகலத் தகடு என்ற திண்ணிய உறுப்பு இருக்கும். இந்தத் தகடு வெளி நெருப்பறையோடும் நன்கு பொருந்தியிருக்கும். இதன் பின்புற முகப்பில் நூற்றுக்கணக்கான குழாய்களின் வாய்கள் சிறிதும் பெரிதுமாக காணப்படும். எஞ்சின் வேகமாக ஓடும்போது உள் நெருப்பறையில் நெருப்பு தகதக என்று, வெள்ளொளி வீசி எரியும். அப்போது அதன் வெப்பம் சுமார் 2,500 பாரன்ஹைட் டிகிரி வரை ஏறும். எஃகினாலாவது தாமிரத்தாலாவது அமைக்கப்பட்டிருக்கும் சுவர்களின் மீது அந்த வெப்பம் உறைக்கும்; இரண்டு

(கனச்) செவ்வகம்-rectangle. **தறையிட்டு**-rivetted. **கிராதிச் சட்டம்**-grid bar. **சாம்பல் தட்டு**-ashpan. **எஃகு**-steel.

நெருப்பறைகளின் சுவர்களுக்கும் இடையே உள்ள கொதிகல நீரை வெப்பமுறச் செய்து, நீராவியை இயற்றும்.

கொதிகலத்தின் பின்புறம் நெருப்பறையை நான்கு பக்கங்களிலும் மேற்புறமும், சூழ்ந்து மூடியிருக்கும் என்று முன்னால் கவனித்தோம். இதன் பெரும் பகுதி சிலிண்டர் வடிவமானது. அப் பகுதி நெருப்பறையின் முன்புறமாக நீண்டு படுத்துக் கிடக்கும். ஆதலால் இதன் பின்புறத்தில் உள்ள நெருப்பறையில் எரியும் நெருப்பு இதில் அடங்கிய நீரின் பெரும் பகுதியின் மீது நேர்முகமாக உறைக்கவோ, அதை நேர்முகமாக வெப்பமுறவோ, செய்ய முடியாது.

சாதாரணமாக, நமது வீட்டு அடுப்புகளில் விறகு எரியும் போது, மஞ்சள் நிறமான சுவாலைகள் தோன்ற காண்கிறோம். அப்போது கரிய நிறம் உள்ள புகையும் கிளம்புகிறது. புகையாகத் தோன்றுவது முற்றிலும் எரிந்துபோகாத கரிப்பொருள். சுவாலையாகத் தோன்றுவது எரியும் நெருப்பினால் இயற்றப்படும் வெப்பம் மிக்க வாயுக்களும் ஓரளவு எரிந்து போகாத கரிப்பொருள் முதலியவையும் கலந்தது. ஆதலால் இவை இரண்டும் நெருப்பின் வெப்பம் மிகுந்த பகுதிகள் அல்ல. எரியும் சுவாலையில், தெரிந்தும் தெரியாமலுமாக, நீல நிறமாகக் காணும் பகுதியே வெப்பம் மிக்க பகுதி. ஏனென்றால், இதில் வெப்பம் மிக்க வாயுக்கள் அடங்கியிருக்கின்றன. அடுப்பின் மேல் உள்ள ஏனம் இந்த வாயுக்களால்தான் நன்கு வெப்பமுறுகிறது. இந்தத் தத்துவம் தெரியவந்தபின் நேர்முகமாகத்தான். கொதிகல நீரை வெப்பமுறச் செய்யவேண்டும் என்னும் முறை கைவிடப்பட்டது. நெருப்பறையிலிருந்து பல குழாய்களைக் கொதிகலத்தின் உள்ளாக, நீள்போக்கில் அமைத்தார்கள். நெருப்பறையில் எரியும் நெருப்பினால் இயற்றப்படும் வெப்பம் மிகுந்த வாயுக்கள் இந்தக் குழாய்களின் வழியாகச் செல்லும். இவ்வாயுக்களின் வெப்பம் அந்த உலோகக் குழாய்களின் மீது உறைத்து, அவற்றைச் சூழ்ந்திருக்கும் கொதிகல நீரிலும் உறைக்கும். அதை மேன்மேலும் வெப்பமுறச் செய்து, நீராவியை இயற்றித் தரும். பல குழாய்களை உடைய கொதிகலத்தை அமைக்கலாம் என்று முதன் முதலாக 1828-இல் வழி காட்டியவர் ஸேகீன் என்னும் பிரான்சு நாட்டினர்.

நெருப்பினால் வெடிக்காத செங்கல்-firebrick. வளைந்த மேற்கட்டி-arch or canopy. கொதிகலத் தகடு-boiler plate. பாரன்ஹைட்-Fahrenheit. தாமிரம்-copper. கரிப்பொருள்-Carbon. வாயுக்கள்-gases.

அப்படிப்பட்ட கொதிகலத்தை உடைய முதல் ஊர்தி எஞ்சின் ஸ்டீபன்ஸன் 1829-இல் இயற்றிய 'ராக்கெட்டு' என்பது. முதன் முதலாக அமைக்கப்பட்ட கொதிகலங்களில் ஒரே ஒரு நெருப்புக் குழாய்தான் இருந்தது.

நீராவியும், மிகுவெப்ப நீராவியும்

கொதிகலத்தின் உள்ளே கொதிக்கும் நீரிலிருந்து எழும் நீராவி, சாதாரண அழுத்தத்தில், 212 பாரன்ஹைட் டிகிரி வெப்பம் உள்ளதாக இருக்கும். 250 பவுண்டு அழுத்தத்தில் இயற்றப்படும் நீராவி 406 பாரன்ஹைட் டிகிரி வெப்பம் உள்ளதாக இருக்கும். அந்த நிலையில் 1 பவுண்டு எடையுள்ள நீராவியின் கன அளவு 1 ¾ கன அடியாக இருக்கும். வெப்பம் ஏற்றியின் ஊடாகச் சென்று மீளும் நீராவியின் வெப்பம் 650 பாரன்ஹைட் டிகிரியாக உயர்ந்துவிடும். அதில் ஒரு பவுண்டு எடையுள்ள பகுதியின் கன அளவு 2¼ கன அடியாக இருக்கும். ஆதலால் குறைந்த எடையுள்ள நீராவியால் அதிக வேலை செய்ய முடியும். நமது நாட்டில் சதுர அங்குலத்துக்கு 210 பவுண்டுக்கு மேலான அழுத்தத்தில் நீராவியை உபயோகிப்பதில்லை.

வெப்ப வாயுக் குழாய்கள்

இந்தக் குழாய்கள் எல்லாம் ஒரே குறுக்களவு உள்ளவை அல்ல. சில குழாய்கள் மற்றவற்றைவிடப் பெரியவை. அவற்றை நெருப்போடைகள் என்கிறார்கள். இவற்றின் குறுக்களவு ஐந்தாறு அங்குலம் இருக்கும். அவற்றின் உள்ளே வேறு சில சிறிய குழாய்கள் நான்கு நான்காக வைத்திருக்கும். அவற்றின் குறுக்களவு சுமார் 1½ அங்குலமே இருக்கும். அந்தச் சிறிய குழாய்களின் உள்ளாகக் கொதிகலத்திலிருந்து நீராவி பாய்ந்து, அங்குள்ள வெப்பத்தால் மேலும் வெப்பமுற்று, தன்னிடம் உள்ள ஈரத்தை முற்றும் இழக்கும். இந்த அமைப்புக்கு மிகு-வெப்பம்-ஏற்றி என்று பெயர். ஒருவகைப் பெரிய எஞ்சினின் கொதி கலத்தில் சுமார் இரண்டு அங்குலக் குறுக்களவுள்ள 136 சிறிய நெருப்புக் குழாய்களும், 40 பெரிய குழாய்களும் இருக்கின்றன. இவற்றின் நீளம் 17 அடி. கொதிகலத்தின் உள்ளே வைத்திருக்கும் குழாய்களைச் சுற்றியும், உள் நெருப்பறையின் பக்கங்களிலும், மேல்புறத்திலும், அதன் பின்புறத்திலுமாக, ஏறக்குறைய முக்கால் பகுதியில், நீர் நிரம்பியிருக்கும். நெருப்பறைப் பகுதியில் உள்ள தகடுகளின் மூலமாக அங்குள்ள நெருப்பு இந்த நீரின் மேல்

ஸேகீன்-Seguin. **நெருப்போடை**-fireflue.

உறைக்கும். கொதிகலத்தின் மற்றப் பகுதியில் நெருப்புக் குழாய் களின் வழியாகச் செல்லும் வெப்ப வாயுக்கள், அக்குழாய்களின் சுவர்களின் மூலமாக, அவற்றைச் சூழ்ந்துள்ள நீரின் மீது உறைக்கும். ஆகவே, நெருப்பும் வெப்ப வாயுக்களும் சிறிய இடத்தில் இயற்றப்பட்ட போதிலும், பெரிய பரப்பின்மீது உறைக்க முடிகிறது.

மேலே குறிப்பிட்ட வகை எஞ்சினில் வெப்பம் உறைக்கும் பரப்பு சுமார் 2,500 சதுர அடி. சிறிய எஞ்சின்களில் உள்ள குழாய்களின் நீளமும் வெப்பம் உறைக்கும் பரப்பும் சற்றே குறைவாக இருக்கும். இன்னும் பெரிய எஞ்சின்களில் இவற்றின் நீளமும் எண்ணும் பரப்பும் இன்னும் அதிகமாக இருக்கும். இக் குழாய்கள் கொதிகலத்துக்கு முன்னும் பின்னும் உள்ள தகடுகளில் ஒழுங்காகப் பதிந்திருக்கும். கொதிகலத்தின் உட்புறத்தின் மீது வெப்பம் உறைந்துகொண்டே இருக்கவேண்டும். அதன் உட்பரப்பு அதிகம். அதுபோலவே அதன் வெளிப்பரப்பும் பெரிது. வெளிப்பரப்பின் வழியாக வெப்பம் சிதறி ஓடிவிட லாகாது. ஆதலால் வெப்பத்தை எளிதில் கடத்தாத பொருள் ஏதாவது ஒன்றால் அது பாதுகாக்கப்பட்டிருக்கும். மரம், கல்நார், கம்பளி, அப்பிரகம் போன்ற ஒன்று வெப்பக் காப்புறையாகப் பயன்பட்டு வந்தது. இக்காலத்தில் கல்நார் மட்டுமே இதற்குப் பயன்படுகிறது.

புகை அறை

எஞ்சினில் கொதிகலத்தின் பின்புறம் உள்ள நெருப்பறையி லிருந்து தொடங்கும் வெப்பக் குழாய்கள் எல்லாம் அதன் முன்புறம் உள்ள ஓர் அறையில் வந்து சேருவதால், அவற்றின் ஊடாகச் செல்லும் வெப்ப வாயுக்கள் முன்புறம் வந்து சேரும். அவற்றோடு புகையும் கலந்துதானே வரும்? ஆதலால் இந்த அறைக்குப் புகை-அறை அல்லது புகைப் பெட்டி என்று பெயர். இந்த அறையின் மேல் புறத்தில்தான் எஞ்சினின் புகைப் போக்கி வைத்திருக்கும். அதன் வழியாகப் புகை வெளியேறும். அந்தப் புகை வேகமாக வெளிப்படும் பொருட்டு, எஞ்சினின் சிலிண்டர்களில் வேலை செய்து எய்த்துப் போன நீராவியின் ஒரு பகுதி, அங்கே வைத்திருக்கும் ஒரு குழாயின் மூக்கின் வழியாக, வேகமாகப் பீறிக்கொண்டு வரும்படி அமைத்திருக்கிறார்கள். அந்தக் குழாய்க்குப் பீச்சு குழாய் அல்லது ஊதுலைக் குழாய்

மிகு-வெப்பம்- ஏற்றி-Super -heater.

என்று பெயர். அது நீராவியை வேகமாகப் பீச்சுவதால், அங்கு வந்து திரளும் புகையும், கொதிகல நீருக்கு வெப்பம் ஊட்டியதால் தங்கள் வெப்பத்தைப் பேரளவு இழந்த வாயுக்களும், விரைவாக அங்கிருந்து அப்புறப்படுத்தப்படும். ஆதலால், அங்கே அழுத்தம் குறையும். அதை நிரப்பும் பொருட்டு, நெருப்புக் குழாய்களின் ஊடாக வெப்ப வாயுக்கள் விரைந்தோடி வரும். எய்த்த நீராவியைப் பீச்சும் குழாயின் செயல் ஊதுலைத் துருத்தியின் செயலை ஓரளவு ஒத்திருக்கிறது. துருத்தி காற்றை ஊதி, அதாவது தள்ளி, நெருப்பு எரியத்துணை செய்கிறது. பீச்சு குழாய் காற்றை உறிஞ்சி, அதாவது இழுத்து, நெருப்பை எரியச் செய்கிறது. அந்தப் புகை அறையில் வெப்ப வாயுக்களோடு நெருப்பறையிலிருந்து சிறிய தீப்பொறிகள் சிலவும் உறிஞ்சி இழுக்கப்படும். இவை அதிகமாக வெளியே எறியப்படாமல் இருக்கும் பொருட்டு, அங்கே சில தடைகள் அமைக்கப்பட்டுள்ளன. இந்தக் கருவிக்குத் தீப்பொறித் தடை என்று பெயர். அவற்றையும் மீறிக்கொண்டு தீப்பொறிகள் வெளிப்படுவதும் உண்டு.

புகைப்போக்கி

அடுக்களையில் அடுப்பு நன்கு எரியும் பொருட்டு, அதற்கு உயரே ஒரு புகைப் போக்கியை வைக்கிறார்கள். அந்தப் புகைப் போக்கி ஒரு குழாய் வடிவமாக இருக்குமானால், அதன் வழியாக வெப்ப வாயுக்கள் வேகமாகச் செல்லும்; கீழுள்ள புகை முதலியவற்றை அந்தக் குழாய் மேலே உறிஞ்சி இழுக்கும்; அடுப்பில் வாயு ஓட்டம் நன்றாக நிகழும். ஆதலால், அடுப்பு, புகையாமல், நன்றாக எரியும். புகைப்போக்கிக் குழாய் உயரமாக இருந்தால் நெருப்பு இன்னும் நன்றாக எரியும். அடுப்பின் உள்ளே புகும் காற்று நெருப்பின் மேற்புறமாக நுழைந்தால், அந்தக் காற்று அடுப்பு எரிவதற்கு அதிகம் பயன்படாது. ஆனால் அது நெருப்பின் அடிப்புறமாக அடுப்புக்குள் புகுமானால், அது மேலே போகும்போது நெருப்பின் ஊடாகச் சென்று, நெருப்பை நன்றாக எரியச் செய்யும்.

ஆலைகளுக்கு இருப்பதுபோல், அவ்வளவு உயரமான புகைப் போக்கி ரயில் எஞ்சினுக்கு இருக்க முடியாது. மேம் பாலங்களுக்கு அடியிலும், குகைகளுக்கு உள்ளாகவும் ரயில்

கல்நார்-asbestos. கம்பளி-wool. அப்பிரகம்-mica. வெப்பக் காப்புறை-heat insulator. **புகை அறை (புகைப் பெட்டி)**-smoke box. **பீச்சுகுழாய்-ஊதுலைக் குழாய்**-blast pipe. **எய்த்துப்போன நீராவி (எய்த்த நீராவி)**-exhaust steam.

நுழைந்து ஓட வேண்டும் அல்லவா? (ஆதலால்தான் எஞ்சினின் புகையை வெளிப்படுத்துவதற்கு ஊதுலைக் குழாய் ஏற்பாடு செய்யப்பட்டிருக்கிறது. இதன் கீழ்ப்புறம் சற்றே சுருங்கியும், தலைகீழாகக் கவிழ்ந்த கூம்பு வடிவமாகவும், பெரும்பாலும் அமைக்கப்பட்டிருக்கும்.) குறுகிய சிலிண்டர் வடிவமான புகைப் போக்கிகளையே சாதாரணமாகக் காணலாம். புகைப் போக்கி சற்றே உயரமாக வைத்திருப்பதால், அதன் வழியாக வெளிப்படும் நீராவியும் புகையும் எஞ்சின் ஓட்டியின் பார்வையை மறைக்காமல் உயரச் சென்றுவிடும்.

பீச்சு குழாய் தள்ளத் தள்ள, நீராவியும் புகையுமாகக் குப் குப் என்று புகைப் போக்கியின் வழியாக வெளிப்படும். அப்போது புகையறையில் ஏற்படும் காலி இடத்தை நிரப்ப, கொதிகலக் குழாய்களின் ஊடாக, வெப்ப வாயுக்கள் நெருப்பறையிலிருந்து ஓடிவரும் என்று பார்த்தோம். நெருப்பறையில் ஏற்படும் காலி இடத்தை நிரப்ப எஞ்சினின் அடிப்புறத்திலிருந்து காற்று அங்குள்ள நெருப்பின் ஊடாகப் பாய்ந்து ஓடிவரும். அதனால் நெருப்பு மிக நன்றாக எரியும்.

பெரிய எஞ்சின் பளுவான வண்டி தொடரை இழுத்துக் கொண்டு ஓடும்போது, அதற்கு ஏராளமான நீராவி வேண்டும். அப்போது எய்த்த நீராவியும் நிறைய வெளிப்படும். அதனால், நெருப்பின் ஊடாக, அதன் அடிப்புறமிருந்து, கிட்டத்தட்ட மணிக்கு 200 மைல் வேகத்தில், காற்று விரைந்து புகும். அந்த வேகத்தில் ஒரு மைல் ஓடும்போது 50 அல்லது 60 பவுண்டு நிலக்கரி எரிந்து, வாயுவும் புகையும் நீறுமாக மாறும்.

கரியூட்டி

நீண்ட வண்டிதொடரை இழுத்துக்கொண்டு வேகமாக ஓடும் பெரிய எஞ்சினின் நெருப்பறையின் அடியில் உள்ள இரும்புச் சட்டத்தின் (நெருப்புக் கிராதியின்) அளவு

50 சதுர அடி போல் இருக்கும். அப்படிப்பட்ட எஞ்சினுக்கு மணிக்குச் சுமார் ஒரு டன் முதல் ஒன்றரை டன் வரை நிலக்கரி தேவையாக இருக்கும். எஞ்சினில் உள்ள கரிக்காரன் என்னும் கரி

பொறி-spark. தீப்பொறித் தடை-spark arrestor. ஆலை-mill, Factory. தலைகீழாகக் கவிழ்ந்த-inverted. கூம்பு-cone. கரியூட்டி-stoker. நெருப்புக்கிராதி-firegrate; கரிக்காரன்-fireman.

யீட்டிதான் இதை நெருப்பறையின் உள்ளே எரியும் நெருப்புக்கு ஊட்டியாக வேண்டும். இவ்வேலை கடுமையானது. ஆயினும் ஆறு, ஏழு, மணி நேரத்தில் ஒருவனால் எட்டு, ஒன்பது, டன் கரியை ஊட்டி வர முடியும். மிகமிகப் பெரிய நீராவி எஞ்சின் ஒன்றில் நெருப்பின் அடியில் உள்ள இரும்புச் சட்டம் மிகப் பெரிது. அதன் அளவு சுமார் 180 சதுர அடி வரை இருக்கும். அப்படிப்பட்ட எஞ்சின் தன்னுடைய முழு வலிமையோடு வேலை செய்தால், அதற்கு மணிக்கு 12 டன் நிலக்கரி தேவையாக இருக்கும். இவ்வளவு கரியை ஒரு மனிதனால் ஊட்டிவர முடியாது. ஆதலால், அதன் பொருட்டு, நீராவியின் சக்தியால் இயங்கும் இயந்திரக் கரி-ஊட்டி பெரிய எஞ்சின்களில் அமைக்கப் பட்டிருக்கும்.

அது திருகாணியின் புரிபோல் அமைந்த ஒரு பெரிய திருகு அந்தத் திருகின் புரிகளில் இடையே உள்ள இடம் ஆழமாகவும் அகலமாகவும் இருக்கும். அது சுழன்று திருகும்போது நிலக்கரிப் பெட்டியிலிருந்து நிலக்கரியைப் பெயர்த்தும் நொறுக்கியும் அந்த இடைவெளிகளில் அடக்கும். கரிவண்டியின் அடியிலிருந்து அது குடைந்து எடுத்த கரியை, சுழற்றிச் சுழற்றி, நெருப்பறைக் கதவுவரை கொணர்ந்து, உயர்த்தும். அங்கே வைத்திருக்கும் ஒரு பீச்சு குழாயின் வழியாக நீராவி பலமாக பீச்சி, அந்தக் கரியை நெருப்பறையின் உள்ளே செலுத்தும். இம் மாதிரியான அமைப்பு அமெரிக்க நாட்டு எஞ்சின்களில் இருக்கிறது; நமது நாட்டு எஞ்சின்களில் இன்னும் அமைக்கப்படவில்லை.

நீரூட்டி

கொதிகலத்தில் உள்ள நீர் நீராவியாக மாற்றப்பட்டு வரவர, அதன் அளவும் குறைந்துகொண்டே வரும். அந்தக் குறையை ஈடுசெய்யவேண்டும். இல்லாவிட்டால், எஞ்சின் பழுதாகிக் கொதிகலம் வெடிக்கக் கூடும் என்று பார்த்தோம். கொதிகலத்தில் உள்ள நீரின் மீது அங்குள்ள நீராவி அழுத்துவதால், சாதாரண முறையில் கொதிகலத்தின் உள்ளே நீரை ஊற்ற முடியாது. நீர் ஊற்றும் வாயைத் திறந்தால், அழுத்தம் மிக்க நீராவியும் கொதிக்கும் நீருமாக வெளியே பீறிக் கொண்டு வரும்.

ஆதலால், இதற்கு ஓர் இயந்திர ஏற்பாடு செய்யப்பட்டி ருக்கிறது. அதற்கு இயந்திர நீரூட்டி அல்லது இஞ்செக்டர் என்று

இயந்திரக் கரி-ஊட்டி-mechanical stoker. **திருகாணி**-screw. **புரி**-thread. **நீரூட்டி**-water injector.

பெயர். எஞ்சின் இயற்றித் தரும் நீராவியின் துணையால் அது வேலை செய்கிறது. தண்ணீர்த் தொட்டியிலுள்ள நீர், ஒரு குழாயின் வழியாக, கொதிகலத்தின் ஊட்டுவாயின் அருகே வருகிறது. எஞ்சின் ஓட்டி இஞ்செக்டரை இயக்கினால், அந்த ஊட்டு வாய் திறக்கும்; இஞ்செக்டர் கருவியின் நுனியிலிருந்து மிகுவெப்ப நீராவி பீச்சும். அப்போது அது தன் வெப்பத்தை ஓரளவு இழக்கும். அங்கு வெற்றிடம் உண்டாகும். ஆதலால் அங்கே தண்ணீர் பாயும். இந்த நிகழ்ச்சிகளால் தண்ணீரின் மீது உறைக்கும் அழுத்தம் கொதிகலத்தின் உட்புறத்தில் உள்ள அழுத்தத்தைவிடச் சற்றே மிகுதியாக இருக்கும். ஆதலால் தண்ணீர் கொதிகலத்தின் உள்ளே புகும்.

நீராவி அறை

மிகுவெப்ப நீராவியில் நீர்த் துளிகளின் ஈரம் சிறிதும் கலந்திருக்காது. ஆதலால், எஞ்சினில் வேலை செய்வதற்கு இது மிகவும் ஏற்றது. இப்படிப்பட்ட நீராவி கொதிகலத்தின் மேல்புறத்தில் உள்ள ஓர் அறையில் போய்த் திரளும். அது, சாதாரணமாக, கவிழ்த்திய மணிச்சாடி வடிவமாக இருக்கும். அதற்கு நீராவி அறை என்று பெயர். சிலவகை எஞ்சின்களில் இதைக் கொதிகலத்தின் மேல் புறத்தில் காணலாம். இதற்கு ஒரு காரணம் உண்டு. கொதிகலத்தில் தள தள என்று நீர் கொதிக்கும். அப்போது நீராவியோடு வெந்நீர்த் துளிகளும் கலக்கக்கூடும். ஆதலால் நீராவியோடு வெந்நீர்த் துளிகளும் கலக்கக்கூடும். ஆதலால் நீராவி அறை மேலே இருந்தால் அவை அவ்வளவு கலக்க வாய்ப்பு இராது. சில வகை எஞ்சின்களில் இந்த அறை மணிச்சாடி வடிவமாக இருப்பதில்லை. அதற்குப் பதிலாக, கொதிகலத்தின் உட்புறத்தில் ஐந்தாறு அங்குலக் குறுக்களவுள்ள குழாய், மேல் ஓரமாக அமைந்திருக்கும். அதன் மேற்புறத்தில் பல துளைகள் இடப்பட்டிருக்கும். இயற்றப்படும் நீராவி இந்த அறையின் உள்ளே, அதன் மேல்புறத்தின் வழியாக வந்து நிரம்பும். இப்போது இயற்றப்படும் புதுவகை எஞ்சின்கள் சிலவற்றில் இப்படிப்பட்ட உறுப்பு ஒன்றை அமைத்துக் கொதிகலத்தின் மேற் பகுதியிலேயே மிகுவெப்ப நீராவியைச் சேமித்து வைக்கிறார்கள்.

நீராவி அறையில் திரண்டு அடைப்பட்டுக் கிடக்கும் நீராவி மிகவும் அழுத்தம் உடையதாக இருக்க வேண்டும். அப்படி யிருந்தால்தான் சிலிண்டரின் உள்ளே இயங்கும் பிஸ்டனைத்

இயந்திர நீரூட்டி-இஞ்செக்டர்-injector. **வெற்றிடம்** -Vacum. **மிகு-வெப்பம் ஏற்றி**-Super heater. **மிகு வெப்ப நீராவி**-Super heated Steam. **மணிச்சாடி**- bell- jar.

தள்ளுவதற்குப் போதிய வலிமை அதற்கு இருக்கும். இப்பொழுது கட்டப்படும் பெரிய எஞ்சின்களில் திரளும் நீராவியின் அழுத்தம் சதுர அடிக்கு 220 பவுண்டு முதல் 290 பவுண்டு வரை இருக்கும்படியாகச் செய்கிறார்கள்.

ஊது குழல்

எஞ்சினின் குப் குப் என்னும் ஓசையைப் போலவே, அது ஊதும் ஊதொலியும் சிறுவரின் மனத்தைக் கவர்கிறது. ஒவ்வோர் எஞ்சினிலும் ஒன்று அல்லது இரண்டு ஊது குழல்கள் வைத்திருக்கும். ஊது குழலின் வழியாக விரைந்து வெளிப்படும் நீராவி அதன் வெளிப்புறம் உள்ள மணிவடிவ உறுப்பு ஒன்றின் மீது மோதும். அந்த ஊதொலி ஒலித்து நெடுந்தூரம் கேட்கும். இது எச்சரிக்கை ஒலியாகவும், அழைக்கும் ஒலியாகவும் பயன்படுகிறது. இதை ஊதுவதில் சிற்சில சங்கேத முறைகளை ஏற்படுத்தியிருக்கிறார்கள்.

படம் 41. நீரூட்டும் பெருங்குழாய்

நீராவி அறை-Steam Chest. ஊதுகுழல் (ஊதொலி)-whistle.

தண்ணீர்த் தொட்டியும் கரித் தொட்டியும்

எஞ்சினின் கொதிகலத்தில் கொதிக்கும் நீர் ஆவியாகி வருவதால், அதன் கன அளவு குறைந்துகொண்டே வரும். அதை அடிக்கடி ஈடு செய்தாக வேண்டும். அதன் பொருட்டு எஞ்சினின் பின்புறமாக உள்ள சிறிய வண்டியில் தண்ணீர்த்தொட்டி ஒன்று இருக்கும். யானையின் துதிக்கையைப் போல் வளைந்த பெரிய தண்ணீர்க் குழாய்கள் இந்தத் தொட்டியில் நீரைச் சொரிவதைப் பெரிய ரயில் நிலையங்களில் காணலாம்.

மேலும், நெருப்பறையில் அடுப்பு எரிவதற்கு அடிக்கடி நிலக்கரி ஊட்டிவர வேண்டும். இதற்குத் தேவையான நிலக்கரியும் அதே வண்டியில் நிரப்பி வைத்திருக்கும். சாதாரணமாக, அந்த வண்டியில் மேலும் முன்னுமாக நிலக்கரிப் பெட்டியும், கீழும் பின்னுமாகத் தண்ணீர்த் தொட்டியும், அமைக்கப்பட்டிருக்கும்.

சிலிண்டர்கள்

சிலிண்டர் என்பது எஞ்சினின் முக்கிய உறுப்புகளில் ஒன்று; அதன் இதயம் போன்றது. ஊர்தி எஞ்சின்களில், சாதாரணமாக, இரண்டு சிலிண்டர்கள் இருக்கும். சில எஞ்சின்களில் மூன்றோ, நான்கோ இருப்பதும் உண்டு. இவை எஞ்சினின் முன்புறமாக அமைக்கப்பட்டிருக்கும். இரண்டு சிலிண்டர்கள் மட்டுமே இருந்தால், அவை சட்டத்துக்கும் சக்கரங்களுக்கும் வெளிப்புறமாக வோ, அல்லது உட்புறமாகவோ வைத்திருக்கலாம். அவற்றின் உட்புறத்திலே பிஸ்டன்கள் முதலியவை இருக்கும். சிலிண்டர்கள் வெளிப்புறமாக இருந்தால் அவற்றின் பிஸ்டன்களின் தண்டுகள் ஓட்டு சக்கரங்களில் உள்ள கிராங்கு-முனைகளோடும், உட்புற மாக இருந்தால், ஓட்டு சக்கரங்களின் கிராங்கு அச்சுகளோடும், பல படிகளாகப் பிணைக்கப்பட்டிருக்கும்.

சிறிய எஞ்சின்களில் உள்ள சிலிண்டர்களின் விட்டம் ஓர் அடிக்குக் குறைவாகவும் இருப்பது உண்டு. பெரிய எஞ்சின்களில் இருபது, இருபத்திரண்டு அங்குலம் கூட இருக்கும். அமெரிக்காவில் கட்டப்பட்ட இராச்சத எஞ்சின் வகை ஒன்றில் உள்ள சிலிண்டர் களின் விட்டம் 48 அங்குலம்.

சிலிண்டர்களின் பிஸ்டன்கள் வட்ட வடிவமானவை. கனமான தட்டு அல்லது உருளை போன்றவை. காற்றும் கசிய இடைவெளி இல்லாமல் அவை சிலிண்டரின் உள்ளே

தண்ணீர்க்குழாய்-hydrant. தண்டுகள்-rods. ஓட்டு-சக்கரங்கள்-driving wheels(drivers). கிராங்கு-முனை-crank pin. கிராங்கு அச்சு-crank axle.

நெருக்கமாகப் பொருத்தப்பட்டிருக்கும். எஞ்சின் வேலை செய்யும்போது சிலிண்டர்களின் இரு கோடிகளிலும் நீராவி மாறி மாறி செலுத்தப்படும். அந்த நீராவி சிலிண்டரில் உள்ள பிஸ்டனை முன்னும் பின்னுமாகத் தள்ளும். சாதாரணமாக, பிஸ்டன் இரண்டு அல்லது இரண்டரை அடி தூரம் சென்று மீளும் பிஸ்டனோடு அதன் பின்புறத்தில் பிஸ்டன் தண்டு என்னும் உறுப்புப் பொருத்தப்பட்டிருக்கும். அது ஓர் உருண்டைச் சட்டம். அது திடமானது, திண்ணியது; சுமார் 3½ அல்லது 4 அங்குல குறுக்களவு உள்ளது.

பிஸ்டன் தண்டு, சிலிண்டருக்கு வெளியேயும், பின்புறமாகவும் நீட்டிக்கொண்டிருக்கும். அங்கு குறுக்குத் துண்டு அல்லது குறுக்குக் கொண்டை என்று சொல்லத்தகும் ஓர் அமைப்போடு பொருத்தப்பட்டிருக்கும். குறுக்குத் தண்டு இணைகோல் என்னும் சட்டத்தின் முன்பகுதியோடு ஒரு மூட்டால் பிணைக்கப் பட்டிருக்கும். இணைகோலின் பின்பகுதி சக்கரத்தில் உள்ள கிராங்கு முனையோடு பிணைத்திருக்கும். முன்னும் பின்னுமாக இயங்கும் பிஸ்டனின் நேர்கோட்டு இயக்கத்தைச் சுழல் இயக்கமாக மாற்றி, சக்கரங்களைச் சுழலச் செய்வதே குறுக்குக் கொண்டையும் இணைகோலுமாகச் செய்யும் வேலை.

எஞ்சின் வேலை செய்வதற்கு வேண்டிய நீராவியைச் சிலிண்டர்களுக்கு உள்ளே செல்ல விடுவதற்கு ஓர் ஒருவழிக் கதவு அல்லது வால்வு பயன்படுகிறது. இந்த வால்வு சாதாரணமாக நீராவிப் பெட்டியின் உள்ளே வைத்திருக்கும். அதைத் திறக்கவோ மூடவோ உதவும் கைப்பிடி எஞ்சின் ஓட்டி நிற்கும் இடத்தில், அவனுக்கு முன்புறமாக இருக்கும். அதற்குக் குரல்வளை வால்வு என்று பெயர். இது நீராவி அறையிலிருந்து நீராவி வெளிப்பட வழி திறந்துவிடுகிறது.

சிலிண்டரின் உள்ளே அழுத்தம் மிக்க நீராவியை முன்புறமும், பின்புறமுமாக, மாறிமாறி புகச் செய்வதற்கும் வால்வு முறையை உபயோகிக்கிறார்கள். ஊர்தி எஞ்சினில் இப்படிச் செய்யும் ஒருவகை வால்வுக்கு நழுவு-வால்வு என்று பெயர். பிஸ்டன் வால்வு என்ற மற்றொரு வகை வால்வும் பயன்படுவது உண்டு. வால்வு என்னும் உறுப்பு முன்னும் பின்னுமாக ஓடிவரும். அது சிலிண்டரை அடுத்து அதற்குப் பக்கத்தில் உள்ள நீராவிப் பெட்டி என்னும் சிற்றறையின் உள்ளே வைக்கப்பட்டிருக்கும். ஒரு முறை

குறுக்குத்துண்டு-(குறுக்குக் கொண்டை)-Cross head. **இணைகோல்**- Connecting rod. **மூட்டு**-joint. **வால்வு**-Valve.

பிஸ்டனின் முன்புற உள்வாயிலுக்கு வழிவிட்டு வலிய நீராவியை உள்ளே புகச் செய்தும், அதே சமயத்தில் பின்புற வெளி வாயிலுக்கு வழி விட்டு எய்த்த நீராவியை வெளியேற்றியும், அது பிஸ்டனை வேலை வாங்கித் தொழில் புரியும். இது எளிய ஏற்பாடாகத் தோன்றினும், உண்மையில் மிகவும் சிக்கலான ஏற்பாடு. எஞ்சினை வேண்டியவாறு முன்புறமாகவோ பின்புற மாகவோ ஓடச் செய்வதற்கும் இந்த இணைப்பு ஏற்பாடு உதவி புரிகிறது. இதன் பொருட்டு இரண்டு முக்கிய சாதனங்கள் கையாளப்படுகின்றன. ஒன்றுக்கு ஸ்டீபன்ஸன் கியர் என்றும், மற்றொன்றுக்கு வால்ஷார்ட்ஸ்-கிர்யர் என்றும், பெயர். வால் ஷார்ட்ஸ் என்பவர் இந்த ஏற்பாட்டை 1844-இல் கண்டுபிடித்து அமைத்தார்.

எஞ்சினில் உள்ள மற்றொரு வகை வால்வும் முக்கியமாகக் குறிப்பிடத்தக்கது. இதற்குக் காப்பு வால்வு என்று பெயர். எஞ்சினில் கொதிகலத்தில் திரளும் நீராவியின் அழுத்தம் மட்டுக்கு

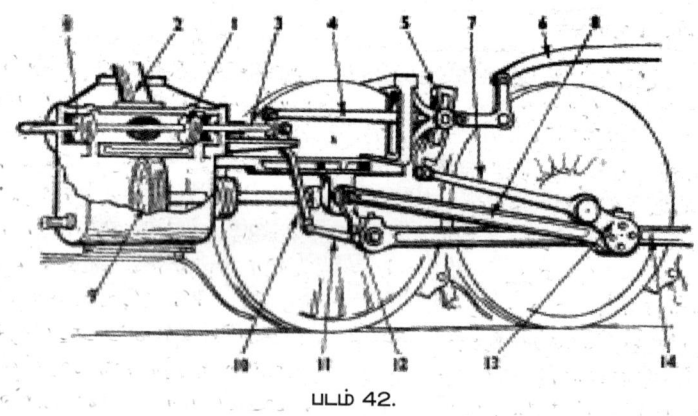

படம் 42.

சக்கர இணைப்பு (வால்ஷார்ட்ஸ் கியர்)

1. பிஸ்டன் வால்வுகள். 2. நீராவி உள்ளே வரும் வழி. 3. வால்வுத் தண்டு. 4. ஆரத் தண்டு. 5. இணைப்பு. 6. திசைமாற்று சட்டம். 7. மையம் விலகு சட்டம் 8. இணைப்புச் சட்டம். 9. பிஸ்டன். 10. நெம்புகோல். 11. இணைப்பு. 12. 'குறுக்குத் தலைப் புயம்'. 13. மீள் கிராங்கு. 14. இணைப்பு.

குரல்வளை வால்வு-regulator-valve. நழுவு வால்வு-slide valve. ஸ்டீபன்ஸன் கியர்-Stephenson gear. வால்ஷார்ட்ஸ் கியர்-Walschaert's gear. காப்பு வால்வு-Safety valve.

மிஞ்சி மிகும்போல் இருந்தால், இந்த வால்வுகள் அந்த அழுத்தத்தால் தாமாகவே திறந்து நீராவி வெளியில் ஓடிவிட வழிவிடும் இப்படிப்பட்ட ஏற்பாடு இல்லாவிட்டால் கொதிகலம் வெடித்துப் போகும். இவ்வகை அமைப்பு கண்டுபிடிக்கப்பட்டுப் பொருத்தப் படுவதற்கு முந்திய காலத்தில் எத்தனை யோ கொதிகலங்கள் வெடித்து, பொருள் சேதத்தையும் உயிர்ச் சேதத்தையும் விளைவித்தது உண்டு. சிலவகை எஞ்சின்களில் இந்த வால்வு நீராவி அறையின் உச்சியிலும் வேறு சில வற்றில் இது சற்று அப்பாலும் அமைந்திருக்கும். இது சாதாரணமாகத் தானாகவே திறக்கும்படி அமைந்திருக்கும்.

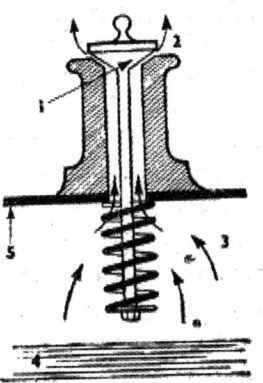

படம் 43. பாதுகாப்பு வால்வு.
1. வால்வுத் தண்டு. 2. நீராவி வெளியேறும் வழி. 3. வில்.

அளவு கருவிகள்

எஞ்சினில் இரண்டு முக்கியமான அளவு கருவிகள் உண்டு. கொதிகலத்தில் உள்ள நீரின் அளவைக் காட்டும் நீர் அளவை ஒன்று. அதில் நெடிய கண்ணாடி முகப்பு இருக்கும். கொதிகலத்து நீரின் அளவு அந்தக் கண்ணாடி முகப்பின் மேல் மட்டத்துக்கு மேலே போகலாகாது. அதற்கு அதிகமாகக் கொதிகலத்தில் நீர் நிரம்பினால், அங்குள்ள நீர் கொதிக்கும்போது மேலே உள்ள நீராவியோடு கலந்து அதை ஈரமாக்கிவிடும். ஈர நீராவி வேலைக்கு அவ்வளவு நல்லது அன்று. உலர்ந்த நீராவியே வேலைக்குச் சிறந்தது. கொதிகலத்து நீர் கண்ணாடி முகப்பின் கீழ் மட்டத்துக்குக் கீழே இறங்கவும் கூடாது. இறங்கினால், உள் நெருப்பறையின் மேல்மட்டம் நீரில் மூழ்கியிராது. நீர் மூடியிராவிட்டால், அதில் அளவுக்கு மிஞ்சிய வெப்பம் ஏறி, கொதிகலத்தைப் பழுதாக்கி வெடிக்கச் செய்துவிடும். எஞ்சினில் உள்ள மற்றோர் அளவு கருவி கொதிகலத்தின் உள்ளேயிருக்கும் நீராவியின் அழுத்தத்தைக் காட்டும் கருவி. இந்த இரண்டு கருவிகளையும் எஞ்சின் ஓட்டி அடிக்கடி கவனித்து வருவார்.

எஞ்சினின் சட்டக்கோப்பு

எஞ்சினின் உடல் சட்டம், முன்புறமுள்ள முட்டுத் தாங்கி முதல் பின்புறமுள்ள கரிவண்டி வரை இரண்டு நீண்ட எஃகுத் தகடுகளால் அமைக்கப்பட்ட சட்டக்கோப்பை அடுத்துக்

கட்டப்பட்டிருக்கிறது. அத்தகடுகள் கனம் மிக்கவையாக இருக்கும். அவை முன்புறத்தில் முட்டுத் தாங்கி உத்தரத்தாலும், அதற்குப் பின்புறத்தில் கனமான பல குறுக்குச் சட்டங்களாலும் ஒன்றோடொன்று நன்கு இணைக்கப்பட்டு, உறுதியாக இருக்கும். இந்தச் சட்டங்களுக்குக் கீழே வில்லுகளும் அவற்றின் அடியில் சக்கரங்களின் அச்சுகளின் மீதுள்ள அச்சுப் பெட்டிகளும், பொருத்தியிருக்கும்.

அச்சுப் பெட்டிகள், மேலுள்ள எஞ்சினின் பளுவை ஏற்று, அச்சுகளின் மீது செலுத்தும். இந்தச் சட்டக்கோப்பில் உலோகத்தோடு உராயும் இடங்கள் பெரும்பாலும் வெண்கலம் போன்ற கலவை உலோகத்தால் அமைந்திருக்கும். சில வகை எஞ்சின்களில் சுழலும் இடங்களில் பால் பேரிங் எனப்படும் சிறிய உருளைகளைப் பொருத்திய தாங்கிகளை வைத்திருப்பதும் உண்டு. மேலும், அச்சுகள், சக்கரங்கள், வில்லுகள், வில்லுகளின் மீது ஆடி அசையும் உறுப்புகள், ஆகியவற்றுக்கு இன்றியமையாத உயவுப் பொருளை ஊட்டிவருவதற்கான ஏற்பாடுகளை அவற்றின் அருகே காணலாம்.

சக்கரங்கள்

ரயில் எஞ்சினின் சட்டக்கோப்புக்கு அடியில் உள்ள சக்கரங்கள் எல்லாம் எஞ்சினைத் தாங்கி, உருண்டு ஓடுகின்றன. என்றாலும், இவற்றுள் ஒரு வகையான வேற்றுமை காணப்படு கிறது. இச் சக்கரங்களில் ஒருவகை எஞ்சினின் இயந்திரத் தொகுதியோடும், தம்முள் ஒன்றோடொன்றும், பிணைக்கப் பட்டிருக்கும். இவைதாம் ஊர்தி எஞ்சினை ஓடச் செய்யும் சக்கரங்கள், இவற்றுக்கு ஓட்டு சக்கரங்கள் என்னும் பொருத்த மான பெயர் இடப்பட்டிருக்கிறது. மற்றொரு வகைச் சக்கரங்கள் தனியாக இயங்கும். ஆதலால் அவற்றைச் சோம்பேறி அல்லது உறங்கு சக்கரங்கள் என்று வழங்குகிறார்கள்.

எஞ்சினின் அமைப்பு, அதன் பளு, அது செய்யவேண்டிய வேலை, அது ஓடிவரும் பாதையின் நிலை, தன்மை, வலிமை ஆகியவற்றுக்கு எல்லாம் இணங்க இந்தச் சக்கரங்கள் அளவிலும், எண்ணிலும், வரிசை முறையிலும், மாறுபடும். இவற்றைப் பின்னால் பார்ப்போம்.

அளவு கருவி-gauge. சட்டக்கோப்பு-frame. முட்டுத் தாங்கி-buffer. கலவை உலோகம்-alloy. உயவுப் பொருள்-Iubricant. ஓட்டு-சக்கரங்கள்-drivers. சோம்பேறி அல்லது உறங்கு சக்கரங்கள்-idlers.

விளிம்பு உதடுகள்

வழுவழுப்பான உலோகச் சக்கரங்களை, வழுவழுப்பான உலோகத் தண்டவாளங்களை விட்டு விலகாமல், தொடர்ந்து ஓடிவரச் செய்வது இயலாத காரியம். ஆனால் அப்படிச் செய்தால் அன்றி ரயில் பாதையால் பயன் இல்லை. இதற்காக ரயில் சக்கரங்களில் உள்புறமாக, விளிம்பு உதடுகள் அமைக்கப் பட்டிருக்கின்றன. இருபுறச் சக்கரங்களிலும் இவற்றை வைத்திருப் பதால், சக்கரங்களைப் பக்கவாட்டத்தில் விலக ஒட்டாமல் இவை தடுக்கின்றன. ஆதலால், தண்டவாளங்களின் மீது ரயில் தொடர்ந்து ஓடிவருகிறது. இந்த முறையை 1789-இல் முதன் முதலாகக் கண்டுபிடித்து அமைத்தவர் வில்லியம் ஜெஸ்ஸப் என்பவர்.

இந்த விளிம்பு-உதடுகள் சுமார் 1¼அங்குல நீளம் உள்ளவை. நெறி பிசகாமல் செல்ல இவை துணை செய்தபோதிலும் இவற்றை மட்டும் நம்பியிருக்கலாகாது. சக்கரங்களின் அமைப்பு, அவற்றைப் பொருத்தும் முறை, வண்டிகளின் அடியில் அச்சுகளோடு இணைத்த விற்கள், முதலியனவும் இந்தக் காரியத்துக்குத் துணை செய்கின்றன.

☆

எஞ்சின் எப்படி ஓடுகிறது?

பளபளப்பாக மின்னும் தண்டவாளங்களின் மீது பேரோசையோடு வேகமாக ஓடும் ரயில் வண்டி தொடரை இழுக்கும் எஞ்சின் நீராவியின் துணை யால் இயங்குகிறது என்பது நமக்குப் பொதுப்படத் தெரியும். அதாவது, நெருப்பறையில் எரியும் நெருப்பு கொதிகலத்தில் உள்ள நீரை வெப்பமுறச் செய்கிறது. அதிலிருந்து நீராவி இயற்றப்படுகிறது. அந்த நீராவி சிலிண்டரின் உள்ளே சென்று, அங்குள்ள பிஸ்டனை முன்னும் பின்னுமாக இயங்கச் செய்கிறது. பிஸ்டனோடு இணைத்துள்ள பிஸ்டன் தண்டு, அதனோடு இணைத்த சில இயந்திர உறுப்புகளை இயங்கச் செய்கிறது. பிஸ்டன் தண்டின் முன்பின்னான நேர்கோட்டு இயக்கம், அந்த உறுப்புகளின் துணை யால், சுழலும் இயக்கமாக மாற்றப்பட்டு, எஞ்சினின் ஓட்டு-சக்கரங்களைச் சுழலச் செய்கிறது. அவை

விளிம்பு உதடுகள்-flanges. வில்லியம் ஜெஸ்ஸப்-William Jessop.

தண்டவாளங்களைப் பற்றிக்கொண்டு செல்கின்றன. எஞ்சின் மெல்ல நகரத் தொடங்கி, பின்பு வேகமாக ஓடுகிறது. அதன் பின்புறமாகப் பிணைத்த வண்டி தொடர் அது செல்லும் வழியே செல்கிறது. இவை எல்லாம் நமக்குப் பொதுவாகத் தெரியும். ஆயினும் இந்த நிகழ்ச்சியில் பல படிகள் அடங்கியிருக்கின்றன. அவற்றைச் சுருக்கமாகப் பார்ப்போம். எஞ்சினின் வேலைத் தத்துவம் என்ன என்பதைக் கவனிப்போம்.

நீரும் நீராவியும்

சாதாரணமாக, கடல் மட்டத்தில் உள்ள இடங்களில், திறந்த ஏனத்தில் நீர் கொதிக்குமானால், அப்போது அதன் வெப்பநிலை 100 சென்டிகிரேடு டிகிரியாக இருக்கும். இதற்கு நீரின் கொதிநிலை என்று பெயர். நீரிலிருந்து இயற்றப்பட்டு வெளிப்படும் நீராவியின் மொத்தக் கன அளவு அந்த நீரைப் போல் 1,600 மடங்குக்குச் சற்றே அதிகமாக இருக்கும். மூடிய ஏனத்தில் நீரை கொதிக்கச் செய்தால், அப்போது இயற்றப்படும் நீராவி விரிய இடம் இன்றி, அந்த ஏனத்தால் நெருக்கப்பட்டு அழுத்தமுறும். ஆதலால் அதன் கன அளவு அவ்வளவு இராது. அது மிகவும் அழுத்தம் உடையதாக இருக்கும். இப்படி வெப்பம்மிக்கதாயும், அழுத்தம்மிக்கதாயும் உள்ள நீராவியில் அடங்கிய அழுத்தமே ரயில் எஞ்சினில் தொழில் புரியப் பயன்படுகிறது. அழுத்தமுற்ற நீராவி அழுத்தம் நீங்கி, விரிய முயன்று, தன்னிடமுள்ள சக்தியை இயக்கும் சக்தியாக மாற்றி, எஞ்சினின் உறுப்புகளை இயக்குகிறது.

வேலை முறை

எஞ்சினின் சிலிண்டரின் உள்ளே தொழில் புரியும் நீராவி செய்யும் வேலை நுழைதல், நிற்றல், விரிதல், விடுபடல் என்னும் நான்கு படிகளில் நிகழ்கிறது. எஞ்சின் ஓட்டி தம் எதிரே உள்ள ஒரு கைப்பிடியை நகர்த்துகிறார். அந்தச் செயல் நீராவி அறையிலுள்ள குரல்வளை வால்வு என்னும் வாயிலைத் திறக்கிறது. நீராவி அதன் வழியாக வெளிப்பட்டு, அங்குள்ள குழாயின் வழியாகச் சென்று, சிலிண்டரின் அருகே உள்ள நீராவிப் பெட்டி என்னும் உறுப்பை அடைகிறது.

நழுவு வால்வு

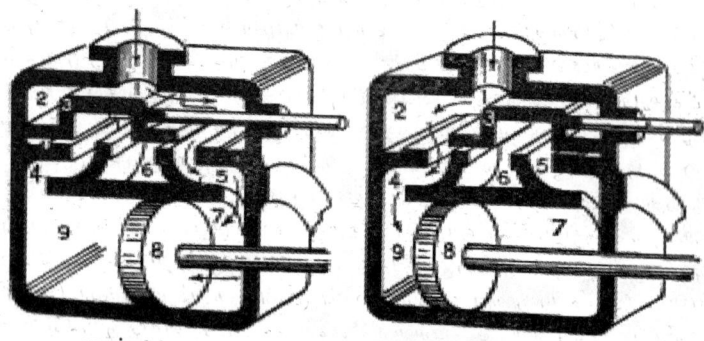

படம் 44.
நழுவு வால்வு

படம் 45.
நழுவு வால்வு

1. நீராவி வாய். 2. புகும் அறைப் பகுதி. 3. நழுவு வால்வு. 4,5. உள், வெளி. வாயில்கள். 6. எய்த்த நீராவி வெளிச் செல்லும் வாயில். 7,9. சிலிண்டரின் உள்ளிடம். 8. பிஸ்டன்.

அதற்குள்ளே நழுவு வால்வு என்னும் உறுப்பு இருக்கிறது. அல்லவா? அந்த வால்வின் ஒரு பக்கமாக நீராவி வருகிறது. அப்போது நழுவு வால்வு அப் பெட்டியில் ஒரு புறமாக ஒதுங்கியிருப்பதால், அது நுழையும் பகுதியில் அடிப்புறமாக உள்ள ஒரு துளையின் வழியாக (அதைச் சிலிண்டரின் முன் வாயில் என்று சொல்லலாம்), சிலிண்டரின் உள்ளே செல்கிறது. இதுதான் நுழைதல் என்று மேலே குறிப்பிட்ட முதல் படி. அங்கு புகும் நீராவி விரிந்து, தன் அழுத்தத்தின் வலிமையைச் செலுத்தி, பிஸ்டனின் மீது உறைத்து, அதைப் பின்புறமாகத் தள்ளுகிறது. பிஸ்டன் சிறிது தூரம் இயங்கியதும், நீராவிப் பெட்டிக்குள் மேலும் நீராவி நுழையாமல் நிறுத்தப்படுகிறது. இதுதான் 'நிறுத்தல்' என்று மேலே குறிப்பிட்ட இரண்டாவது படி. ஆனால் மேலும் நீராவி நுழையாமல் நிறுத்தப்பட்ட பின்பும்கூட, சிலிண்டருள் ஏற்கெனவே நுழைந்த நீராவி தொழில் புரிவது நின்றுபோவதில்லை. அது மேன்மேலும் விரிந்து, பிஸ்டனைக் கடைசிவரை, பின்புறமாகத் தள்ளுகிறது. இதுதான் 'விரிதல்' என்று முன்னால் குறிப்பிட்ட மூன்றாவதுபடி. அது அப்படித் தள்ளும்போது, பிஸ்டனின் பின்புறத்திலே, முன்னால் வேலை

நுழைதல்-admission. நிற்றல்-cut off. விரிதல்-expansion. விடுபடல்-release. நழுவு-வால்வு-slide valve.

செய்து எய்த்துப் போன வலிமையற்ற நீராவி சிறிது இருக்கும். அதையும் சேர்த்துத்தான் முன்புறமுள்ள நீராவி தள்ளும். பிஸ்டன் இயங்கும்போது மேலுள்ள நழுவு வால்வு நகர்ந்து, முன் பக்க வாயிலை அடைக்கும்; பின்பக்க வாயிலைத் திறக்கும்; எய்த்துப் போன நீராவி வெளிப்புறமாகச் செல்லுவதற்கு உரிய வழியோடு அந்த வாயிலை இணைந்திருக்கச் செய்யும். அதற்கு ஏற்றபடி நழுவு வால்வின் நடுப்பகுதி அமைந்திருக்கும். எய்த்துப்போன நீராவி அப்போது அதன் வழியாக வெளிப்பட்டு, அங்குள்ள குழாயின் வழியாக, ஊதுலைக் குழாயை அடையும்; அங்கிருந்து, புகைப்போக்கியின் வழியாக, முற்றும் வெளியேறி விடும். இப்போது நழுவு வால்வின் முன் பக்கம் நகர்ந்து, வெளி வாயிலுக்கு வழிவிடும். அங்கு வேலை செய்து எய்த்துப் போன நீராவி ஓய்வு அல்லது விடுதலை பெற்று, அந்த வாயிலின் வழியே வெளிப்படத் தொடங்கும். இதுதான் 'விடுபடல்' என்னும் நான்காவது படி. இந்நான்கு படிகளும் பிஸ்டனின் முன்புறத்தில் நிகழும் படிகள்.

இதன் பின்பு, சிலிண்டரில் பிஸ்டனின் பின்புறத்திலும் இவ்வாறே இந்நான்கு படிகளும் நிகழும். இப்படியாக அவை முன்புறமும் பின்புறமுமாக மாறி மாறி, நிகழ்ந்துகொண்டே யிருக்கும். இப்படிப்பட்ட நிகழ்ச்சிகளால் நீராவி சிலிண்டரின் உள்ளே பிஸ்டனை முன்னும் பின்னுமாகத் தள்ளி இயங்கச் செய்யும்.

பிஸ்டன் வால்வு

இக்காலத்தில் பெரும்பான்மை ஊர்தி எஞ்சின்களில் உள்ள நீராவிப் பெட்டியின் உள்ளே, நழுவுவால்வுக்குப் பதிலாக, பிஸ்டன் வால்வு என்னும் உறுப்பே வைக்கப் பட்டிருக்கிறது. இது இரு புறமும் பிஸ்டன்களும் நடு வில் ஒரு தண்டும் உள்ள கருவி. கொதிகலத்திலிருந்து நீராவி நீராவிப் பெட்டி

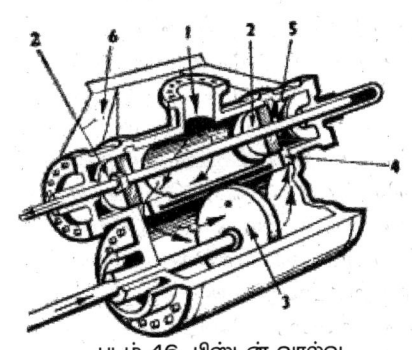

படம் 46. பிஸ்டன் வால்வு
1. நீராவி உள்ளே வரும் வழி. 2. பிஸ்டன் வால்வுகள். 3. எய்த்துப் போன நீராவி வெளியே போகும் வழி. 4. பிஸ்டன்.

ஊதுலைக் குழாய் - blast pipe.

யின் உள்ளே பிஸ்டன் வால்வின் நடுப்பகுதியை, அதாவது இரண்டு பிஸ்டன்களுக்கும் இடையில் உள்ள பகுதியை, வந்து அடையும். அங்கு அது வந்ததும், அதன் பிஸ்டன் வால்வு ஒருபுறமாக நகரும். அப்போது அதன் கீழே உள்ள சிலிண்டரின் ஒரு வாயில் திறக்கும். அதன் வழியாக நீராவி சிலிண்டரின் உள்ளே பாய்ந்து செல்லும். அங்கு விரிந்து பிஸ்டனைத் தள்ளி, அதனோடு பிணைத்த பிஸ்டன் தண்டையும் இணைப்புக் கோலையும் இயங்கச் செய்து, சக்கரத்தைச் சுழலச் செய்யும். அப்படி பிஸ்டன் இயங்கும்போது, பல சட்டங்களின் தொகுதியில் அதோடு இணைக்கப்பட்ட பிஸ்டன் வால்வும் முன்னும் பின்னுமாக இயங்கி, கீழுள்ள சிலிண்டரின் வாயில்களை மாறி மாறித் திறக்கும். சிலிண்டரில் உள்ள பிஸ்டன் மேன்மேலும் இயங்கி, இயங்கி, எஞ்சினை ஓட்டும். அப்படி அந்தப் பிஸ்டன் இயங்கும்போது அதன் உள்ளே வேலை செய்து எய்த்துப் போன நீராவி, நீராவிப் பெட்டியின் உள்ளே பிஸ்டனின் வெளிப்புறத்தை அடையும். அந்தப் பெட்டியின் கோடிகளில் உள்ள குழாய்களின் வழியாக வெளியே தள்ளப்படும். தள்ளப்பட்டு, ஊதுலைக் குழாயை அடைந்து, அதிலிருந்து குப் குப் என்னும் ஓசையோடு வெளிப்படும்.

சிலிண்டருக்கு வெளியே

சிலிண்டரின் உட்புறத்தில் முன்னும் பின்னுமாக இயங்கும் பிஸ்டனின் பின்புறத்தில் பிஸ்டன் தண்டு என்னும் உறுப்பு ஒன்று இணைக்கப்பட்டிருக்கும் என்று முன்னால் பார்த்தோம். பிஸ்டன் இயங்கும்போது அதுவும் கூடவே இயங்குவதால், அதுவும் முன்னும் பின்னுமாகவே இயங்கும்.

பிஸ்டன் தண்டின் பின் முனை குறுக்குக் கொண்டை என்னும் ஓர் உறுப்போடு இணைந்திருக்கும் என்று பார்த்தோம். இது பிஸ்டன் தண்டைப் பாதுகாப்பதற்காக அமைக்கப்பட்ட உறுப்பு. இது பிஸ்டன் தண்டை முன்பின்னாக அசையவிடுமே தவிர, மேலும் கீழுமாகவோ, பக்கவாட்டமாகவோ அசைய விடாது. அதற்கு ஏற்றபடி, உறுதியாக அமைத்த வழிகாட்டு சட்டங்களின் இடையே, இது நெறி பிசகாமல், இயங்கிவரும். குறுக்குக் கொண்டையின் மற்றொரு பகுதி இணைப்புக் கோலின் முன்முனையோடு முளைமூட்டினால் பிணைக்கப்பட்டிருக்கும்

பிஸ்டன் வால்வு-Piston valve.

குறுக்குக் கொண்டை (குறுக்குத் தலை)-cross-head.

அந்தக் கோல் பிஸ்டன் தண்டோடு பிணைக்கப் பட்டிருப்பதால் அதனோடு கூட முன்னும் பின்னுமாக இயங்கும். ஆனால் அக் கோலின் முன் முனை ஆடி அசையும்; சற்றே மேலும் கீழுமாகவும் அசையும். கோலின் பின் முனை, அல்லது மறு கோடி, ஓட்டு சக்கரத்தில் உள்ள கிராங்கோடு மற்றொரு முனைமூட்டினால் பிணைக்கப்பட்டிருக்கும். இந்தப் பின் முனை முன்னும் பின்னுமாக இயங்குவதோடு வட்டமாகச் சுழன்றும் இயங்கும். இயங்கி, ஓட்டு சக்கரத்தைச் சுழலச் செய்யும். எஞ்சின் சக்கரமும் தண்டவாளங்களும் வழுவழுப்பாக இருந்தாலும்கூட, எஞ்சினின் பெரும் பளு அழுத்திப் பிடிப்பதால், எஞ்சினின் சக்கரம் வழுக்காது. எஞ்சின் மெதுவாக நகரத் தொடங்கும். பிறகு, மேன்மேலும் செலுத்தப்படும் நீராவியின் சக்தியினால் பிஸ்டன் வேகமாகத் தள்ளப்படத் தள்ளப்பட, சக்கரங்கள் வேகமாகச் சுழன்று, ரயிலை மிக வேகமாக ஓடச் செய்யும்.

☆

ரயில் பாதை

நீராவியும் வழுவழுப்பான விளிம்புள்ள சக்கரங் களும் ரயிலுக்கு எவ்வளவு முக்கியமோ, அவ்வளவு முக்கியம் ரயில் பாதையும் என்று சொல்லவேண்டும். ரயில் பாதை இல்லையானால் ரயிலும் இல்லை.

பாதை போடுவது நமது நாட்டுக்குப் புதிது அன்று. ஏனென்றால், நமது நாட்டில் மிக நெடுங்காலமாக அரச பாட்டைகள் அமைக்கப்பட்டு வந்திருக் கின்றன என்பது ரிக்கு வேதம் முதலிய மிகப் பழைய நூல்களாலும், ஹரப்பா மோகெஞ்சோ- தடோ முதலிய பண்டை நகரச் சிதைவு சின்னங்களாலும், அர்த்த சாஸ்திரம் முதலிய நூல்களாலும், தெரிய வருகிறது. குதிரை பூட்டிய இரண்டு சக்கரத் தேரின் சிற்றுருவம் ஒன்று ஹரப்பாவில் கண்டெடுக்கப் பட்டது. அது செம்பினால் செய்யப்பட்டது. சற்றே

அரச பாட்டை-highway. ஹரப்பா-Harappa. மோகெஞ்சோ-தரோ- Mohenjodaro.

பிற்காலத்தில் நமது நாட்டில், வட மேற்கு எல்லையிலிருந்து பாடலிபுத்திரம் வரை, ஏறக்குறைய 700 மைல் நீளமுள்ள அரச பாட்டை சந்திர குப்த மௌரியர் காலத்தில் போடப்பட்டு, உபயோகத்தில் இருந்ததாகத் தெரிகிறது. அசோகர் அரச பாட்டைகளை அமைத்ததாகவும், அவற்றின் இருபுறமும் ஆல மரங்களை நட்டும் சத்திரம் சாவடிகளை அமைத்தும், வழிப்போக்கர்களுக்கு நிழலையும் உதவிகளையும் அளித்த தாகவும், வரலாறுகள் கூறுகின்றன. பிற்காலத்திய மன்னர்-மன்னர்களும் பெரும்பான்மையும் போர்ப் படைகளின் நிமித்தம் அரச பாட்டைகளை அமைத்து வந்தார்கள்.

வேற்றுமை

ஆனால், அந்தப் பாதைகளுக்கும் ரயில் பாதைக்கும் எத்தனையோ வேற்றுமைகள் உண்டு. அரச பாட்டைகள் நெளிந்து நெளிந்து போகலாம். கடும் மேடுகளில் ஏறலாம். மிகச் சரிவான பள்ளங்களில் இறங்கலாம். ஆறுகள் இடையே வந்தால் பாலங்களைக் கட்டாமல், பிரயாணிகள் தோணிகளில் ஏறிச் செல்லட்டும் என்று விட்டுவிடலாம். ரயில் பாதைகளால் இவ்வாறு எல்லாம் செய்ய முடியாது. பெரும்பான்மையும், அவை அதிக உயர்வு தாழ்வு இல்லாதபடி, இயன்ற வரையில், ஒரே மட்டமாக இருக்கவேண்டும். ஆறுகள், ஓடைகள் முதலிய வற்றுக்கு எல்லாம் பாலங்கள் இட்டாக வேண்டும். மழை, வெள்ளம், முதலியவற்றால் சேதமுறாதபடியும் அப் பாதைகள் மிகவும் திண்ணியவையாக அமைக்கப்பட்டிருக்க வேண்டும். இயன்றவரையில், வளைவு நெளிவு இல்லாமல், நேராகவே செல்ல வேண்டும்.

ஆறுகள்

நமது நாட்டில் பேராறுகள் அதிகம். பொதுவாகவே அவை அதிக அகலம் உள்ளவை. வெள்ளப் பெருக்கு எடுத்த காலத்தில், அவை இருகரையும் புரண்டு ஓடும். அந் நீர்ப் பெருக்கு மிக வேகமாகப் பேரிரைச்சலோடு செல்லும். பல இடங்களில் கரைகளை உடைக்கும். அயலில் உள்ள இடங்களில் நீரை நிரப்பி, கடல்போலத் தோன்றச் செய்யும். சில வேளைகளில் ஆறுகள் இடம் மாறியும் ஓடத் தொடங்கிவிடும். இத்தகைய ஆறுகளுக்குப் பாலங்கள் போடுவது எளிதான காரியம் அன்று. அரும் பாடுபட்டுப் போட்ட பாலங்களின் மீது ரயில் பாதையைப் போட வேண்டும்.

அப்படிப்பட்ட பாலங்கள் பல நமது நாட்டில் போடப் பட்டிருக்கின்றன. அவற்றுள் சில குறிப்பிடத்தக்கவை. உதாரண மாக, ஸோனா நதியின் மேல் போடப்பட்ட பாலம் ஒன்றின் நீளம்

படம் 47.

கங்கை ஆற்றின்மீது ரயில் பாலம் இடுவதற்காகப் பெருந் தூண்கள் அமைக்கப்பட்டிருக்கின்றன. இவ்வாறு அமைந்த பல தூண்களின் மீது திண்ணிய பாலம் கட்டப்படும். இது பீகாரில் உள்ளது.

10,052 அடி. கோதாவரிப் பாலத்தின் நீளம் 9,096 அடி. மகாநதிப் பாலத்தின் நீளம் 6,912 அடி. அல்லகபாதுக்கு அருகில் உள்ள இஸ்ஸாத் பாலத்தின் நீளம் 6,381 அடி.

உலகத்தில் வேறு சில பாலங்கள் இவற்றைக் காட்டிலும் நீளமானவை என்று கேட்க நமக்கு வியப்பாக இருக்கும். அமெரிக்காவில் பேர் உப்பு ஏரி எனப்படும் இடத்தில் உள்ள உயர் பாலத்தின் நீளம் 63,360 அடி. கலிபோர்னியாவில் உள்ள பே பாலத்தின் நீளம் 22, 720 அடி. ஆப்பிரிக்காவில் உள்ள சாம்பசி ஆற்றுப் பாலத்தின் நீளம் 12, 604 அடி. ஸ்காட்லாந்தில் உள்ள டே பாலத்தின் நீளம் 11,653 அடி. அங்குள்ள போர்த்து பாலத்தின் நீளம் 8,298 அடி.

மேலும், ரயில் பாதை சதுப்பு நிலங்களின் ஊடாகவும் கடற்கரையிலும் மணற்பாங்கான இடங்களிலும் செல்ல வேண்டிவரும். மலைச் சரிவுகளிலும் அது செல்லவேண்டும். பல

இடங்களில் மேடுகளை வெட்டிப் பள்ளமாக்கியும், வேறு சில இடங்களில் பள்ளங்களைத் தூர்த்து நிரப்பி மேடாக்கியும், இயன்றவரை பாதையைச் சமதளத்தில் ஓடச் செய்ய வேண்டும்.

உதாரணமாக, பம்பாய்க்கு அருகில் சுமார் 30மைல் தூரத்துக்கு அப்பால் சில இடங்களில் மேற்குத் தொடர்மலையின் அடிவாரம் தொடங்குகிறது. அதுவரை பெரும்பான்மை கடல்மட்டத்திலும், பிறகு சிறிது சிறிதாக உயர்ந்தும், ஓடிவரும் ரயில் பாதையானது அங்கு கடல் மட்டத்திலிருந்து 700,800 அடி உயரமே உயர்ந்து காண்கிறது. அதன் பிறகு திடீரென்று சுமார் பத்துப் பதினைந்து மைல் தூரத்துக்குள் 1000, 1200 அடி உயரத்துக்கு மேல் அது ஏறவேண்டியிருக்கிறது. ஆதலால் அது நெளிந்து, நெளிந்து மலையின் சரிவில் செல்லவேண்டி யிருக்கிறது. அங்கே பல இடங்களில் மலைச் சரிவை வெட்டி

படம் 48.

ஸ்காட்லாந்தில் உள்ள போர்த்து ஆற்றுக் கடல்வாயில் கட்டப்பட்ட பாலம். நவீன உலக விந்தைகளுள் ஒன்றாக மதிக்கப்படுவது. 8298 அடி நீளமுள்ளது. இதைவிட நீளமான பாலங்கள் நமது நாட்டிலும் சில உள்ளன.

பேர்-உப்பு-ஏரி-Great Salt Lake. கலிபோர்னியா-California. பே பாலம்-Bay Bridge. ஆப்பிரிக்கா-Africa. சாம்பசி-zambesi. ஸ்காட்லாந்து-Scotland. டே-tay. போர்த்து பாலம்-Forth Bridge. மேற்குத் தொடர் மலை-western Ghats.

மட்டமாக்கினார்கள். சில இடங்களில் 60 அடி போல் வெட்ட வேண்டியிருந்தது. சில இடங்களில் பள்ளங்களைத் தூர்த்து, உயரமாக மண் திண்டுகளைக் கட்ட வேண்டியிருந்தது. அப்படிக் கட்டிய திண்டுகள் சில இடங்களில் 90 அடி உயரம் காணப்படு கின்றன. வேறு சில இடங்களில் மலை இடுக்குகளில் கல்லினாலும் எஃகினாலும் கோபுரம் போல் உயர்ந்த தூண்களைக் கட்டி நிறுத்தி, அவற்றின் மேல் பாதை போட வேண்டியிருந்தது. எகிகௌன் உயர் பாதையின் நீளம் 750 அடி, உயரம் 182 அடி. அதைப் பார்த்தால், குதிரை லாட வடிவமாக வளைந்த மலை

படம் 49.
மலையில் குடைந்த குகைப் பாதையில் இருபக்கமும் மேற்புறமும் சட்டங்களை அமைத்து உறுதியான உறையைக் கட்டுதல்.

சூழ்ந்த மலைச் சரிவில் பாதாளத்திலிருந்து எழுந்தவை போலத் தோன்றும் மிகவும் உயரமான மெல்லிய தூண்களின் மீது ரயில்பாதை நூலிழைபோல் தொங்குகிறதோ என்ற வியப்பு நமக்கு உண்டாகும். இம்மாதிரியான உயர் பாதைகளை வேறு மலைப் பகுதிகளிலும் காணலாம். தென் நாட்டிலே நீலகிரி மலைப் பாதையிலும், செங்கோட்டைக்கு அப்பால் உள்ள மேற்கு

எகிகௌன்-Ehegaon. உயர் பாதை-viaduct.

மலைத் தொடர் பாதைகளிலும் இத்தகைய அதிசயங்கள் பல காணப்படுகின்றன. இன்னும் சில இடங்களில் மலைகளை குடைந்து, குகைகளின் வழியாக, ரயில் பாதை செல்லவேண்டும். முதன்முதலில் போடப்பட்ட ரயில்பாதையிலேயே மலைக்குகை ஒன்று இருந்தது. பின்னர், மேற்கு மலைத்தொடர் முதலிய மலைகளைக் கடந்து அப்பாலுள்ள இடங்களை அடைவதற்கு, பல இடங்களில் மலைகளைக் குடைய வேண்டியிருந்தது. பம்பாய்க்கு அருகில் உள்ள மலையில் 25, 30 குகைகளுக்கு மேல் குடைய வேண்டியிருந்தது. அவற்றுள் ஒன்றின் நீளம் 1461 அடி. வேறு சில முறையே, 1305, 1271, 1023 அடி நீளம் உள்ளவை. ஆரியன் காவுக்கு அருகில் உள்ள குகை மிகவும் நீளமானது. ஆனால் ஐரோப்பாவில் காணும் நெடுங் குகைகளோடு இவற்றை ஒப்பிடமுடியாது. உதாரணமாக, அங்குள்ள ஸிம்பிளன் மலைக் குகையின் நீளம் 121/3 மைலுக்கு மேற்பட்டது. ஸான்கோடார் குகையின் நீளம் 91/3 மைல். இட்டலியின் அப்பினைன் மலையின் ஊடாக உள்ள குகை ஒன்று 11½ மைல் நீளம் உள்ளது. அமெரிக்காவிலும், ஜப்பானிலும், நியூஸிலாந்திலும் ஐந்து மைலுக்கு மேல் நீளமுள்ள மலைக் குகைகள் குடையப் பட்டிருக்கின்றன. இங்கிலாந்தில் உள்ள ஸெவெர்ன் ஆற்றின் அடியில் இடப்பட்டிருக்கும் குகைப் பாதையின் நீளம் 4 1/3 மைலுக்கு அதிகம். அதில் பேர் பாதிக்கு மேல் ஆற்று நீருக்கு அடிப்புறமாகச் செல்கிறது. லண்டன் நகருக்கு அடியில், மண்ணைக் குடைந்து அமைத்திருக்கும் தரைகீழ் ரயில் ஏற்பாட்டில் கிட்டத்தட்ட 100 மைல் ரயில் பாதைகள் ஓடுகின்றன.

சுரங்கவேலை நமது நாட்டுக்குப் புதிது அன்று. பழங்காலம் முதலே தாதுப் பொருள்களுக்காக மலைகளையும் மண்ணையும் குடைந்திருக்கிறார்கள். பாதுகாப்பின் பொருட்டு அரண்மனை களிலும் கோட்டைகளிலும் யானைகளும் நிமிர்ந்து செல்லக் கூடிய சுரங்க வழிகள் மிகப் பழங்காலத்திலேயே அமைக்கப் பட்டிருந்தன என்று பழைய நூல்களும் வரலாறுகளும் கூறுகின்றன. பிற்காலத்தில் மிக அற்புதமான பௌத்த விஹாரங்களும், பிற மதக் கோயில்களும், மலைகளில் கடும் பாறைகளையும் குடைந்து, நமது நாட்டில் அமைக்கப்பட்டு வந்திருக்கின்றன. ஆயினும் மலைகளைக் குடைந்து, ஊடுருவிச்

ஸிம்பிளன் மலைக் குகை- Simplon Tunnel. **ஸான் கோடார்-** St.Gothard. **அப்பினைன்-** Appenine. **நியூஸிலாந்து-** New zealand. **ஸெவெர்ன்-** Severn. **தரைகீழ் ரயில்-** Underground Railway.

படம் 50.

தனுஷ்கோடியில் கடலுள் சிறிது தூரம் வரை கட்டிய கடற்பாலத்தின் அருகே இலங்கைக் கப்பல் வந்து நிற்கிறது. கடல்-பாலத்தின் மீது நமது ரயில் நிற்கிறது.

சென்று அவற்றில் ரயில் பாதைகளை அமைப்பதற்கு வேறு வகையான திறமைகளும் துணைகளும் கருவிகளும் முயற்சிகளும் தேவையாக இருக்கின்றன.

ரயில் பாதை போடுதல்

ஓர் ஊரிலிருந்து மற்றோர் ஊருக்கு ரயில் பாதை போட வேண்டும் என்று முதலில் முடிவு செய்கிறார்கள். பிறகு, அதற்கு உரிய, அதாவது அந்தப் பாதை செல்ல வேண்டிய, வழி எது என்று சர்வேயர்கள் என்னும் நில அளவை நிபுணர்கள், பலவகைக் கருவிகளின் துணையால் நிர்ணயிக்கிறார்கள். எங்கு எத்தனை பாலங்கள் போட வேண்டும், எங்கு மேடுகளைத் தணிக்க வேண்டும், எங்கு பள்ளங்களைத் தூர்க்க வேண்டும், எங்கு குகை களைக் குடையவேண்டும் என்று எல்லாம் முடிவு செய்கிறார்கள்.

சில இடங்களில் ரயில் பாதை கடலில் சிறிது தூரம் வரையில் சென்று, அங்கே அதிக ஆழம் இல்லாத கடலில் கப்பல் நிற்கும் இடம் வரையில் பாலத்தைப் போல் அமைந்திருக்கிறது. இத்தகைய பாதையைத் தனுஷ்கோடி முனையில் காணலாம். ஒரு

படம் 51.

மேலே ரயில் பாதையும் கீழே இரு பகுதியாக அமைந்த வண்டிப் பாதையும்.

சில இடங்களில் ரயில் பாதை வண்டி பாதையைக் கடக்க வேண்டியிருக்கிறது. பெரும்பான்மையும் இரண்டு பாதைகளும் சமதளமாக அமைந்து, ஒன்றை ஒன்று கடக்கின்றன. இப்படிப் பட்ட இடத்தை 'லெவெல் கிராஸிங்' என்று சொல்லுகிறார்கள். ரயில் வருவதற்காக அங்குள்ள கதவுகளை அடைத்து, ரயில் ஓடும்போது வண்டிகள் பாதையில் இல்லாதபடி கவனித்து வருகிறார்கள். அப்படிக் கதவுகள் இல்லா இடங்களில் சில வேளைகளில் ரயிலானது வண்டி, பஸ் முதலியவற்றின் மீது மோதி அபாயம் ஏற்படுவது உண்டு. வேறு சில இடங்களில் ரயில் பாதை வண்டி பாதைக்கு மேலாகவும், இன்னும் பல இடங்களில் ரயில் பாதை வண்டி பாதைக்குக் கீழாகவும் போடப்பட்டி ருக்கின்றன. கோழிக்கோட்டுக்கு அருகே ஓரிடத்தில் ஒரு விசித்திரமான பாலம் இருக்கிறது. அதில் நெடுக்காகவே ரயில் பாதையும் வண்டி பாதையும் அமைந்திருக்கின்றன. அங்கே உள்ள காவற்காரர்கள் மிகவும் எச்சரிக்கையாக இருப்பார்கள். ரயில் வருவதற்கு முன்னே வண்டிகள் ஒன்றும் பாலத்தில் போகாதபடி முன்கூட்டியே தடுத்துவிடுகிறார்கள். பாம்பன் பாலம் இதைவிட

சர்வேயர்கள்- நிலை அளவை நிபுணர்கள்-Surveyors.

படம் 52.

மேலே செல்லும் வண்டி பாதையின் அடியே ரயில் பாதையில் ரயில் செல்லுதல். இவ்வகையாக மேலே செல்லும் பாலத்துக்கு 'மேம்பாலம்' என்று பெயர்.

ஆச்சர்யமானது. அங்கே ரயில் பாதை கடல் பாதையைக் கடக்கிறது. கப்பல்கள் வரும்போது பாலத்தை உயர்த்தி, கப்பல்களுக்குப் போக வழிவிடுவார்கள்.

படம் 53.
ஒரே பாலத்தின் மீது ரயில் பாதையும் ஒரே போக்காக (குறுக்காக அல்லாமல்) அமைந்திருக்கிறது.

ரயில்பாதை செல்லவேண்டிய வழியில் தண்டவாளங்களுக்குத் தேவையான இடத்தைத் தவிர இருபுறமும் தங்களுக்குத் தேவையான உள்ள இடத்தை அரசாங்கத்திடமிருந்தோ, அரசாங்கத்தின் துணையின் மூலமாகவோ பெறுகிறார்கள். அந்த இடம் ரயில் வண்டிகள் சௌகரியமாக ஓடுவதற்கும்,

படம் 54.

பாம்பன் பக்கத்தில் உள்ள தூக்கு-பாலம். பாலத்தைத் தொங்கவிட்டால், அது மட்டமாய்ப் படியும்; அதன்மீது ரயில் ஓடும். பாலத்தை மின்விசையால் தூக்கினால், பாலத்தின் இரு புயங்களின் நடுவே கப்பல்கள் போகும். இதில் எஃகு உத்திரங்களுக்குப் (கொர்டர்களுக்கு) பதிலாக முன்னழுத்திய காங்கிரீட் உத்திரங்களை உபயோகித்திருக்கிறார்கள். இது உலகத்தில் மிக நீளமான பாலங்களில் ஒன்று. 40 அடி இடைவெளியுள்ள 145 பகுதிகளாக இது அமைந்திருக்கிறது. நடுவில் உள்ள தூக்குப் பகுதி 210 அடி அகலம் உள்ளது. இதற்கு 'ஷைட்ஸா உருள் தூக்கு' என்று பெயர்.

அவற்றுக்குத் துணை செய்யும் அளவுக் குறிப்பு முதலியவற்றை அமைப்பதற்கும், ரயில் பாதைக்குப் பாதுகாப்பு அளிப்பதற்கும், மழைத் தண்ணீர் வடிந்து ஓடுவதற்கும் தேவையாக இருக்கும்.

பிறகு ரயில் வண்டி பாதையை அமைக்கத் தேவையான மண்ணைக் கொட்டி, சமமாக்குகிறார்கள். அதற்கு மேலே உடைத்த கற்களைப் பரப்புகிறார்கள். அதற்கும் மேலே குறுக்காக

மரக் கட்டைகளைப் போடுகிறார்கள். கட்டைகளுக்கு இடையேயும் சிறு துண்டுகளாக உடைத்த கற்களையே போடுகிறார்கள். இந்த கற்கள் சமமாகப் பரப்பப்பட வேண்டும். அப்படிப் பரப்புவது எளிது. இவற்றை ஜல்லி என்று சில இடங்களில் சொல்லு கிறார்கள். மரக் கட்டைகள் விலகிப் போகாதபடி இந்த ஜல்லி அணைத்துப் பிடிக்கிறது. மேலும் மழை நீர் கற்களின் இடை வெளிகளின் ஊடாக அடியில் ஓடிப் போவதால், கட்டைகளுக்கு இடையேயும் அடியிலும் தங்கி அவற்றைச் சேதப்படுத்துவதில்லை. இவற்றுக்கு மேலே எஃகுத் தண்டவாளங்களை நெடுக்கு வாட்டத்தில் இரண்டு வரிசையாகப் பொருத்துகிறார்கள்.

மரக் கட்டைகள்

அகலப் பாதையில் போடப்படும் கட்டைகள் சாதாரணமாக 9 அடி நீளமும், 10 அங்குல அகலமும், 5 அங்குல கனமும், உள்ளவையாக இருக்கும். இவை நல்ல மரத்தால் அமைந்தவை. ஆயினும் இவற்றை அப்படியே பாதையில் போட்டு விடலாகாது. இவற்றில் ஈரம், பூச்சி முதலியவை இருக்கலாம்; இவை உளுத்துப் போகலாம்; வெயில், மழை, பனிகளால் விரைவில் கெட்டும் போகலாம். ஆதலால், இவற்றைப் பாதையில் போடுவதற்கு முன்பு பக்குவப்படுத்துகிறார்கள்.

முதலில், இவை நீண்ட சிலிண்டர்களுக்கு உள்ளே செலுத்தப் படுகின்றன. அந்தச் சிலிண்டர்களின் உள்ளேயிருக்கும் காற்று அகற்றப்படுகிறது. அப்போது மரக்கட்டைகளின் இடைவெளி களில் தங்கியுள்ள காற்றும் உறிஞ்சி இழுக்கப் படுகிறது. ஓரளவு வெற்றிட நிலை அங்கு உண்டாகிறது. உலர்ந்த நீராவி அந்தச் சிலிண்டர்களுக்குள் விடப்படுகிறது. அது கட்டைகளின் இடைவெளிகளில் புகுந்து, அங்குள்ள காலி இடங்களை நிரப்பி, ஈரத்தையும் அறவே நீக்குகிறது. பிறகு, வெப்பமுற்ற கிரீயசோட்டு அந்தச் சிலிண்டரின் உள்ளே செலுத்தப்படுகிறது. அந்தக் கட்டைகள் கிரீய சோட்டில் அமிழ்ந்து மூழ்குகின்றன. கிரீய சோட்டு என்பது நிலக்கரியிலிருந்து கிடைக்கும் கீலெண்ணெய்க்கு நெருங்கிய உறவு. மிகச் சிறந்த கிருமி கொல்லி, கிரீயசோட்டைப் புகுத்தியபின், மிகவும் அழுத்தமுற்ற காற்று அந்தச் சிலிண்டர்களின் உள்ளே செலுத்தப்படுகிறது. இப்படி இரண்டு மணி நேரம் போல் அந்தக் கட்டைகள் கிரீயசோட்டில் ஊறுகின்றன. கிரீய சோட்டு அவற்றின் உட்புறத் துளைகளில்

குறுக்கு மரக்கட்டைகள்-sleepers.

எல்லாம் படிகிறது. அப்போது ஒவ்வொரு கட்டையும் 3 அல்லது 4 காலென் கிரீயசோட்டை உறிஞ்சுகிறது. ஆதலால் அதன் பளு முன்னுள்ளதை விட இப்பொழுது 30 அல்லது 40 பவுண்டு அதிகமாகிவிடுகிறது. இப்படிப் பக்குவப் படுத்தப்பட்ட கட்டைகள் அழுகிப் போவதில்லை; உளுத்துப் போவதில்லை. கெட்டுப் போகாமல் நெடுநாள் உழைக்கின்றன.

தண்டவாளங்கள்

இரண்டாயிரம் ஆண்டுகளுக்கு முன்பு, ஐரோப்பிய நாடுகளில், வலிய அரச பாட்டைகளை உரோமர்கள் அமைத்தார்கள். அவர்கள் தங்களுடைய தேர்களின் உருளைகள் படிவதற்கு உரிய தடங்களில் இரு வரிசையாகச் செங்கற்களையோ கற்களையோ பாதையாகப் பதித்திருந்தார்கள். தேர்களின்

படம் 55.

உரோமர் பாதையில் தேர் விரைந்து ஓடுதல்

உருளைகள், சேற்றில் அழுத்தாமல், அவற்றின் மீது எளிதாக ஓடின. பிற்காலத்தில் நிலக்கரி ஏற்றிய பளுவான பார வண்டிகளின் சக்கரங்கள் மண்ணில் அழுந்தாமல் இருக்கும்பொருட்டு, அவை ஓடுவதற்கு ஏற்றபடி, மரக் கட்டைகளால் இங்கிலாந்து நாட்டில் தடங்கள் போடப்பட்டன. இப்படிப்பட்ட கட்டைப் பாதைகளுக்கு

படம் 56.
பழைய உரோமர்கள் அமைத்த பாதை (சிதைந்த வடிவம்)

டிராம் பாதைகள் என்று பெயர். இப் பெயர் அவற்றிற்கு இடப்பட்டதற்குப் பலவகைக் காரணங்களைக் கூறுகிறார்கள். பிறகு, மரக்கட்டைகளுக்குப் பதிலாக, இரும்புச் சட்டங்கள் திண்ணிய பாதைகளாக உதவின. இவை சிறிது சிறிதாக உருமாறித் தண்டவாளங்களாக வடிவெடுத்தன. வழுவழுப்பான இருப்புத் தண்டவாளங்களின்மீது வழுவழுப்பான இரும்புச் சக்கரங்கள் வழுக்காமல் ஓடமுடியும். அப்படி ஓடுவதற்கு அவற்றின்மீது மேலிருந்து அழுத்தும் பளுவே போதிய பிடிப்பை அளிக்கும், என்று முதன்முதலாகச் செயலில் நிகழ்த்திக் காட்டியவர் டிரெவிதிக்கு என்பவர். இவரைப் பற்றி முன்னமே தெரிந்து கொண்டிருக்கிறோம்.

நமது நாட்டில் மண் கல் முதலியவற்றால் குளக்கரைத் திண்டைக் கட்டுவதுபோல், ரயில் பாதைக்கு வேண்டிய அடித்தளமும் அவற்றாலேயே போடப்படுகிறது. மழையும் வெயிலும் உறைப்பதால் அது இறுகி, வலு அடைகிறது. பிறகு அதன் மீது மரக் கட்டைகள், ஒன்றுக்கொன்று போதிய இடைவெளி (பெரும்பாலும் இது மையத்துக்கு மையம் 30 அங்குலம் இருக்கும்) விட்டு, குறுக்கு வாட்டத்தில் வரிசையாகப் போடப்படுகின்றன. பகர வடிவமாக வாய் திறந்த இருப்பு

கிரீய சோட்டு-creosote. நிலக்கரி-coal. கீலெண்ணெய்-tar. கிருமி கொல்லி-bacteriocide, bacteriolytic. காலென்-gallon. உரோமர்கள்-Romans. டிராம் பாதை-tramway.

படம் 57.
இரும்புச் சட்டங்களால் அமைந்த பாதை

உறுப்புகளை அந்த அடிக் கட்டைகளின் மீது படிய வைத்து, அவற்றோடு ஆணிகளால் இறுகப் பொருத்துகிறார்கள். அந்தப் பகர வாய்களில் உதடுகளுக்கு இடையே-நெடுக்கு வாட்டத்தில் தண்டவாளங்கள் இடப்படுகின்றன. அத் தண்டவாளங்கள் ஆடி அசைந்து விலகாமலும் புரளாமலும் இருக்கும் பொருட்டு, அவற்றிற்கும் அவற்றைத் தாங்கும் உறுப்புகளின் உதடுகளுக்கும் அல்லது கொம்புகளுக்கும் இடையே அழுத்தமுள்ள கெட்டி மர ஆப்புகளைச் செருகி, அடித்து இறுக்குகிறார்கள். ஒரு தண்டவாளத்தின் குறுக்கு வெட்டுத் தோற்றத்தைப் பார்த்தால் அதன் அடியில் கிடைப் போக்காக உள்ள ஒரு மட்டமான பகுதியும் (இது அகன்று இருப்பதால், அடியில் உள்ள கட்டை நசுங்குவதில்லை), நடுவே நெடுக்கு வாட்டத்தில் காணப்படும் தண்டு போன்ற பகுதியும், அதற்கும் மேலே கிடைப்போக்கில் சற்று மழுங்கலாக அமைந்த தட்டைக் கொண்டையுமாக (இதன் மீதுதான் ரயில் சக்கரம் உருளுகிறது), அது அமைந்திருப்பது தெரியவரும்.

டிரெவிதிக்கு-Trevithick.
குறுக்கு வெட்டுத் தோற்றம்-sectional view (section). கிடைப்போக்கு-horizontal.

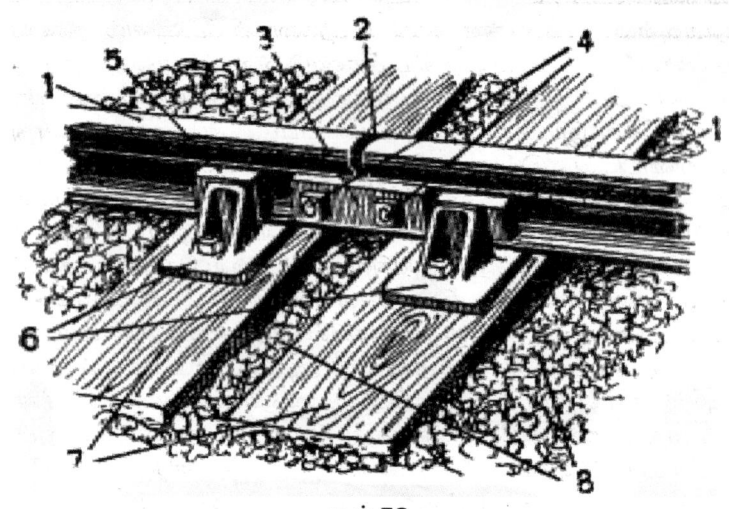

படம் 58.
ரயில் பாதை

1. தண்டவாளம் 2. இடைவெளி 3. தகடு 4. ஆணியும் வில்லையும் 5. ஆப்பு
6. பகரவடிவமான தாங்கி 7. மரக்கட்டை 8. ஜல்லி (கல்).

வண்டிச் சக்கரங்கள் இரு புறத்திலும் ஒன்றுபோல இருப்பதால், தண்டவாளங்களும் இரு வரிசையாகவே அமைக்கப்படுகின்றன. அப்படிப்பட்ட இரண்டு தண்டவாளங்களும் சமமாகவும் ஒருபோகாகவும் இருக்கின்றன. அப்படி இருந்தே ஆகவேண்டும். அவற்றின் நடுவே உள்ள இடைவெளி வேறுபடலாகாது. மிகச் சிற்றளவுக்குமேல் அது வேறுபடுமானால் அதன்மீது ஓடும் ரயில் தடம் புரண்டுவிடக் கூடும்.

இப்படிப்பட்ட இடைவெளித் தூரத் திட்டத்துக்கு 'கேஜ்' அல்லது 'இடைவெளித் திட்டம்' என்று பெயர். இடைவெளித் திட்டங்களில் பல வகை உண்டு. அவை முறையே 'பிராட் கேஜ்' அல்லது 'அகல இடைவெளித் திட்டம்', ஸ்டாண்டர்டு கேஜ் அல்லது 'கட்டளை இடைவெளித் திட்டம்', 'மீட்டர் கேஜ்' அல்லது 'மீட்டர் இடைவெளித் திட்டம்', 'நாரோ கேஜ்' அல்லது 'ஒடுக்க இடைவெளித் திட்டம்' என்றெல்லாம் வழங்கப்படுகின்றன. ஒடுக்க இடைவெளித் திட்டத்தில் மூன்று அடி, இரண்டரை அடி, இரண்டு அடி, இடைவெளியே உள்ள வகைகளும் அடங்கும். சென்னையில் எழும்பூர் ஸ்டேஷனில் உள்ள முக்கியமான பாதைகள் எல்லாம் மீட்டர் கேஜ்

அளவுள்ளவை. சென்னையில் கடற்கரை ஸ்டேஷனில் அகலப் பாதை, மீட்டர் பாதை ஆகிய இரண்டு வகைப் பாதைகளையும் காணலாம். இங்கிலாந்தில் முதலில் 7 அடிக் குறுக்களவுள்ள பாதை சில இடங்களில் அமைக்கப்பட்டது. ஆனால் அது மாறிவிட்டது. இக்காலத்தில் பெரும்பான்மையும் கட்டளை இடைவெளித் திட்டமே அந் நாட்டில் வழங்குகிறது. அதில் தண்டவாளங்களின் மையத்துக்கு மையம் உள்ள தூரம் 4 அடி 8 ½ அங்குலம். அக்காலத்தில் இங்கிலாந்தில் ஓடிய கோச்சு வண்டிச் சக்கரங்களின் குறுக்கு இடைவெளித் தூரம் அந்த அளவாக இருந்ததால், அதே அளவுள்ள ரயில் பாதை முதலில் போடப் பட்டது என்று சொல்லுகிறார்கள். ஆஸ்திரேலியாவிலும் வட அமெரிக்காவின் பெரும் பகுதியிலும், ஐரோப்பாவில், ஸ்பெயின், போர்த்துக்கல், ரஷியா, நீங்கலாக மற்ற எல்லா நாடுகளிலும், பெரும்பான்மையும் கட்டளை இடைவெளித் திட்டமே வழங்குகிறது. ஒரே நாட்டில் எங்கும் ஒரே வகையான பாதை இருக்குமானால், ரயில் போக்கு வரவு, சிறிதும் தடைப்படாமல், எளிதாக நடைபெற முடியும்.

கண்டம்போல் பரந்துள்ள நமது நாட்டில் பலவகையான இடைவெளித் திட்டங்களை இக் காலத்தில் காண்கிறோம். ஆயினும், முதன்முதலில் போடப்பட்ட முக்கிய ரயில் பாதைகளில் 'பிராட் கேஜ்' என்னும் அகல இடைவெளித் திட்டமே மேற்கொள்ளப்பட்டது. இந்தத் திட்டத்தில் தண்டவாளங்களின் மையத்துக்கு மையம் உள்ள இடைவெளித் தூரம் 5 அடி 6 அங்குலம். சென்னையில் சென்டிரல் ஸ்டேஷனில் உள்ள முக்கியப் பாதைகள் எல்லாம் இந்த அளவில் அமைந்தவை. இலங்கை, ஸ்பெயின், போர்த்துகல், தென் அமெரிக்காவில் உள்ள ஆர்ஜென்டினா ஆகிய சில நாடுகளிலும் இதே வகையான அகல திட்டப்பாதை போடப்பட்டிருக்கிறது. நமது தென் நாட்டிலே இந்த வகையோடு மீட்டர் பாதையையும் காண்கிறோம். பர்மா, கிழக்கு ஆப்பிரிக்கா, மேற்கு ஆப்பிரிக்கா, மலேயா, தென் அமெரிக்காவின் சிற்சில நாடுகள் ஆகியவற்றிலும் இவ்வகைப் பாதையைக் காணலாம். நமது நாட்டில் ஒடுக்கத் திட்டப் பாதை ஒரு சில இடங்களில், முக்கியமாக மலைப் பகுதியில்,

---

ஒருபோகாக- Parallel. கேஜ்- gauge. பிராட் கேஜ் (அகல இடைவெளித் திட்டம்) broad gauge. ஸ்டாண்டர்டு கேஜ் (கட்டளை இடைவெளித் திட்டம்) - standard gauge. மீட்டர் கேஜ்- metre gauge. நாரோ கேஜ் (ஒடுக்க இடைவெளித் திட்டம்)- narrow gauge.

காணப்படுகிறது. வங்காளம், பம்பாய், கிழக்குப் பஞ்சாப், மைசூர் முதலிய பகுதிகளில் 2 அடி 6 அங்குலப் பாதையையும், 2 அடிப் பாதையையும் காண்கிறோம். இப்போது நமது நாட்டில் 16,000 மைலுக்கு மேலான அகலப் பாதையும், 15,000 மைலுக்கு மேலான மீட்டர் பாதையும், 3,000 மைலுக்கு மேலான ஒடுக்கப்பாதையும் இருக்கின்றன.

பாதைகளின் அகலத்துக்கு ஏற்றபடி அவற்றின்மீது ஓடும் வண்டிகளும் இருக்கும். அந்த வண்டிகளின் பளுவையும் அழுத்தத்தையும் தாங்கும்படி தண்டவாளங்களை அமைக்க வேண்டியிருக்கிறது. பளு மிகுந்த வண்டிகள் ஓடும் அகலப் பாதைகளில் போடப்படும் தண்டவாளங்கள் உறுதியாக இருக்க வேண்டும். ஆதலால் அவை அளவிலும் பளுவிலும் பெரியவை யாக இருக்கின்றன. தண்டவாளங்களின் தரத்தை, அவற்றின் நீளத்துக்கும் பளுவுக்கும் உள்ள விகிதத்தைக் கொண்டு, கஜத்துக்கு இத்தனை பவுண்டு என்று குறிப்பிடுவது மரபு. சாதாரணமாக, அகலப் பாதையில் போடப்படும் தண்டவாளங் களின் எடை கஜத்துக்கு 90 பவுண்டாகவும், மீட்டர் பாதைத் தண்டவாளங்களின் எடை கஜத்துக்கு 50-60 பவுண்டாகவும் இருக்கும். மேலும், அவற்றின் நீளமும் பாதைக்குத் தகுந்தபடி வேறுபடும். முக்கியப் பட்டணங்களை இணைத்து ஓடும் நெடிய பாதைகளில் இடப்படும் தண்டவாளங்களின் நீளம் 42 அடி முதல் 60 அடி வரையிலும், கிளை பாதைகளில் இடப்படும் தண்ட வாளங்களின் நீளம் 30 அடியாகவும் இருக்கும்.

நெடுக்கில் இடைவெளி

ஒரே வரிசையில் அடுத்தடுத்து உள்ள இரண்டு தண்ட வாளங்களுக்கு இடையே நெடுக்கில் சிறிது இடைவெளி விட்டே அத் தண்டவாளங்கள் போடப்பட்டிருக்கும். வெயிலினாலும், ரயில் ஓடும்போதும், தண்டவாளங்கள் வெப்பமுற்று நீளும். இந்த இடைவெளிகள் இல்லாவிட்டால், தண்டவாளங்கள் நீண்டு நெளியக் கூடும். இந்த இடைவெளிகள் இருப்பதால்தான் ஓடும் ரயில் தடக் தடக் தடக் தடக் என்று ஓசைப்படுத்துகிறது.

ஆஸ்திரேலியா-Australia. **ரஷியா**-Russia. **சென்டிரல் ஸ்டேஷன்**-Central Station. **இலங்கை**-Ceylon. **ஸ்பெயின்**-Spain. **போர்த்துகல்**-Portugal. **தென் அமெரிக்கா**-South America. **ஆர்ஜென்டினா**-Argentina. **பர்மா**-Burmah. **கிழக்கு ஆப்பிரிக்கா**-East Africa. **மேற்கு ஆப்பிரிக்கா**-West Africa. **மலேயா**-Malaya.

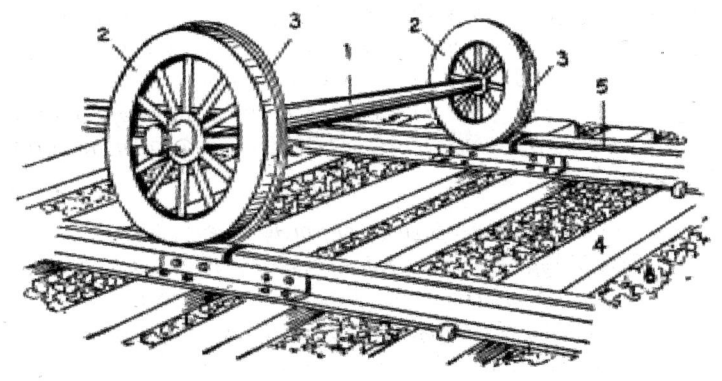

படம் 59.

ரயில் சக்கரம், தண்டவாளம், பாதை

1. சக்கர அச்சு. 2. சக்கர வட்டை. 3. நழுவா விளிம்பு. 4. கட்டை. 5. தண்டவாளம். 6. கல் (ஜல்லி).

ஆனால் அடுத்தடுத்து உள்ள இரண்டு தண்டவாளங்கள் சற்றும் விலகாமல் நேராக இருக்கும் பொருட்டு அவற்றைக் கெட்டியான இரும்புத் தகடுகளால் அல்லது சட்டங்களால் பக்கவாட்டத்தில் அணைத்து, இரண்டையும் ஒன்றாக இணைத்துப் பொருத்துகிறார்கள். இந்த இணைப்புத் தகடுகளுக்கு அணைப்புத் தகடு அல்லது 'மீன் தகடு' என்று பொருள்படும் பெயர் இடப்பட்டிருக்கிறது. மரைகளை உடைய ஆணிகள் தங்கள் வில்லைகளால் அவற்றைத் தண்டவாளங்களோடு இறுகப் பிடிக்கின்றன. தண்டவாளங்களில் அந்த ஆணிகளைச் செருகு வதற்கான துளைகள் வட்டவடிவமாக இருப்பதில்லை. அந்தத் துளைகள் நீண்ட கோழி முட்டை வடிவமாக இருப்பதால், தண்டவாளங்கள் நீளும்போது மரை ஆணி அவற்றில் சற்றே நகரும். ஆயினும் பற்றிய பற்றை விடாது. அறிவும் அன்பும் அற்ற சிலர் இந்தத் தகடுகளை கழற்றிவிடுவதால், தண்டவாளங்கள் விலகி, ஒழுங்கு பிசகி, சக்கரங்கள் தடம் புரண்டு, பல தடவைகளில் ரயில் விபத்துகள் நேர்ந்ததுண்டு. இப்படிப்பட்ட கொடிய விபத்துகளைத் தடுப்பதற்காக, ரயில் பாதையில் (பெரும் பாலங்களைப் போன்ற சில இடங்களிலும், மலைச் சரிவுகளிலும்) அடுத்தடுத்துள்ள தண்டவாளங்களை ஒன்றாகப் பொருத்திப் பற்ற வைக்கும் முறையை இக்காலத்தில் சில நாடுகளில்

மீன் தகடு-Fish Plate. **மரை**-Thread. **வில்லை**-nut.

கையாளுகிறார்கள். ஓடும் ரயில் சக்கரங்கள் இந்த இடைவெளிகளில் படும்போது உண்டாகும் ஓசையையும் அதிர்ச்சியையும் தவிர்ப்பதற்காகவும் ஒரு சில நாடுகளில் தண்டவாளங்களைப் பற்ற வைத்து, ஒரே தண்டவாளம்போல் இருக்க செய்கிறார்கள்.

ஒற்றைப் பாதையும் இரட்டைப் பாதையும்

ரயில் பாதைகள் பெரும்பான்மையும் ஒற்றை வண்டி தொடர் செல்லக் கூடியவையாகவே போடப்பட்டிருக்கின்றன. ஆயினும், போக்குவரவு அதிகம் உள்ள பகுதிகளில், ஒன்றுக்குப் பக்கத்தில் ஒன்றாக, இரண்டு ரயில் ஓடுவதற்கு ஏற்றபடி, இரட்டைப் பாதைகள் போடப்பட்டிருப்பதைக் காணலாம். சில இடங்களில் மூன்று ரயில்கள் ஓடக் கூடியபடியும் பாதைகள் போடப்படுவதுண்டு. உதாரணமாக, சென்னையிலிருந்து நீராவி

படம் 60.
சாமான் வண்டி நிலைத்தில் ரயில்கள் நிறுத்தப்பட்டுள்ளன.

எஞ்சின் ஓடுவதற்காக ஒற்றைப் பாதையும் தாம்பரம் வரை மின்சார ரயில் ஓடுவதற்காக இரட்டைப் பாதைகளும் போடப்பட்டிருப்பதைக் காணலாம்.

அநேகமாக, ஒவ்வொரு ரயில் நிலையத்திலும், ரயில் வண்டி தொடர்கள் ஒதுங்கி வழிவிடுவதற்காக வளையப் பாதைகள் அதாவது, ஒரே பாதையிலிருந்து பிரிந்து மீண்டும் அதே பாதையோடு சேரும் கிளைகள் போடப்பட்டிருப்பதைக் காணலாம். பெரிய ரயில் நிலையங்களில், சாமான் வண்டிகள் தங்கி நிற்பதற்கும், அவற்றில் பண்டங்களை ஏற்றுவதற்கும் இறக்குவதற்கும், ஏற்றபடி பல கிளைப் பாதைகள் இருப்பதைப் பலரும் பார்த்திருப்போம். சிற்சில மிகப் பெரிய ரயில் நிலையங்களை அடுத்த பண்டம் ஏற்றும் நிலையங்களில் இந்தப் பாதைகள் மிகப் பலவாக அமைந்து, சிக்கல் கொண்ட நூலிழைகளைப் போல், ஒன்றோ டொன்று பின்னிக் கிடப்பதையும், அவற்றில் பண்ட வண்டிகளும் மற்ற வண்டிகளும் எத்தனை எத்தனையோ நிற்பதையும், சில சிறிய எஞ்சின்கள் அவற்றை முன்னும் பின்னுமாக இழுத்தும் தள்ளியும் சேர்த்தும் பிரித்தும் வருவதையும், நாம் எல்லோரும் பார்த்திருப்போம்.

மலை ரயில் பாதை

சாதாரணமாக, மலைகளின்மீது ஏறி இறங்கும் ரயில் பாதைக்கும் சமதளமான இடத்தில் செல்லும் ரயில் பாதைக்கும் நில வாட்டத்தினாலும் வளைவு நெளிவுகளாலும், குகைகளாலும் ஏற்படும் சிற்சில வேற்றுமைகளைத் தவிர வேறு வகையில் அதிக வேற்றுமை இருப்பதில்லை என்றே சொல்ல வேண்டும். உதாரணமாக, சென்னையிலிருந்து திருவனந்தபுரத்துக்குச் செல்லும் பாதையின் ஒரு பகுதி மலைத் தொடரின் மீது ஏறி இறங்கவேண்டியிருக்கிறது. ஆயினும், அங்கே போடப்பட்டி ருக்கும் ரயில் பாதையின் அமைப்பில், மேற்கூறிய சிறு வேற்றுமைகளைத் தவிர, வேறு வேற்றுமை ஒன்றும் இருப்ப தில்லை. ஆனால், வேறு சில இடங்களில் போடப்பட்டிருக்கும் மலைப் பாதைகள் வேறு விதமாக அமைந்திருக்கின்றன. உதாரணமாக, நீலகிரி மலைப்பாதையைச் சொல்லலாம். இந்த ரயில் பாதை மீட்டர் பாதை. இந்தப் பாதையில் சில இடங்களில் வாட்டம் அதிகமாக இருப்பதால், இதில் தனிப்பட்ட முறைகள் சில கையாளப்பட்டிருக்கின்றன. இதன் சில பகுதிகளில், எங்கும்போல் இரு வரிசையாக உள்ள இரண்டு தண்டவாளங் களுக்கும் நடுவில் பல்லுப் பல்லாக உள்ள மூன்றாவது தண்ட வாளம் ஒன்று நெடுக அமைக்கப்பட்டிருக்கிறது. எஞ்சினின் அடிப்புறத்தில் உள்ள பல்சக்கரம் ஒன்றின் பற்கள் இந்தத் தண்டவாளப் பற்களோடு கோத்து மாட்டிக்கொண்டு, ரயிலை

படம் 61.
சென்னை அருகில் உள்ள சாமான் வண்டிப் பாதைகள்.

ஓட்டத் துணை செய்யும். இந்தப் பகுதியில் ஓடும் வண்டிகளை ஒன்றோடொன்று பிணைக்கும் கொக்கிகள் நழுவியோ பெயர்ந்தோ போய்விட்டால், வண்டிகள் மலைச் சரிவில் உள்ள வாட்டமான பாதையில் தாமாகத் தலைவிரிகோலமாக ஓடிவிடும். ஆதலால், எப்பொழுதும், இந்தப் பகுதியில் வண்டி தொடருக்குக் கீழ்ப்புறமாகவே எஞ்சின் பூட்டப்பட்டிருக்கும். மலையின்மீது ஏறும்போது எஞ்சின் பின்புறமிருந்து அந்த வண்டிகளை முன்னால் தள்ளிக்கொண்டு செல்லும். இறங்கும்போது அவற்றின் முன்னிருந்து அவற்றை எச்சரிக்கையாக இழுத்துக் கொண்டு செல்லும். இரண்டு வேளைகளிலும் மேல் உள்ள வண்டிகளைத் தாங்கிப் பிடித்தே செல்லும். இவ்வகை இடங்களில் ஓடும் எஞ்சின்களில் நான்கு வகையான பிரேக்குகள் அல்லது தடைகள் அமைக்கப்பட்டிருக்கும். அவற்றின் துணையால் வண்டி தொடரைப் 'பிடித்து ஓட்ட' முடியும். இந்த ரயிலை, சாதாரணமாக, பல்லுப் பல்லாக உள்ள தண்டவாளம் இடப்படாத மலைப் பகுதிகளில் கூட மணிக்கு 20 மைல் வேகத்துக்கு மேல் ஓடவிடுவதில்லை. வாட்டம் மிக்க பகுதிகளில்

படம் 62.

மலைமீது ஓடும் ரயில் பாதை சற்றே ஒடுங்கிய அளவு உள்ளது. அதில் ஏற்றம் அதிகமாக உள்ள இடங்களில், பல்லுப் பல்லாக உள்ள மூன்றாவது தண்டவ்ாளம் இருக்கும். இது மற்ற இரண்டு தண்டவாளங்களுக்கும் நடுவாக இடப்பட்டிருக்கும். மலை ரயிலில் எஞ்சின் எப்பொழுதும் வண்டி தொடருக்குப் பின்புறமாகவே பூட்டப்பட்டிருக்கும். இது கூனூர் நிலையம். இங்கு மூன்றாவது தண்டவாளம் இல்லை.

இது மணிக்குச் சுமார் 8 மைல் வேகத்தில்தான் செல்லும். இந்த இடங்கள் எல்லாம் பலவகை மரங்கள் செறிந்து, கண்ணைக் கவரும் இயற்கை வனப்பு உடைய இடங்களாக இருப்பதால், ரயில் மெதுவாகச் செல்லுவது அக் காட்சிகளின் அழகைப் பருக நமக்கு நல்ல வாய்ப்பை அளிக்கிறது.

ரயில் வண்டி நிலையங்கள்

ரயில் பாதைகளைப் போடத் தொடங்கிய காலத்தில், பற்பல நாடுகளிலும் உள்ள ரயில் வண்டி நிலையங்கள் சாதாரணச் சாவடிகளைப் போல் பொலிவற்று இருந்தன. பிரயாணிகள் மழைக்கும் வெயிலுக்கும் சற்றே ஒதுங்கி நிற்பதற்கு வேண்டிய இடங்களாக மட்டுமே இவை அக் காலத்தில் கருதப்பட்டன. அப்படிப்பட்ட எளிய ரயில் நிலையங்கள் இக் காலத்திலும் ஒரு சில இருக்கின்றன. செங்கல் சுண்ணாம்பால் அன்றி, பயணத்துக்கு

உதவாத பழைய ரயில் வண்டிகளால் சில ரயில் நிலையங்கள் நமது நாட்டில் அமைந்திருப்பதை இன்றும் காணலாம்.

ஆனால் நாளடைவில் இந்த மனநிலை மாறிற்று. ரயில் நிர்வாகத்தை நடத்திய கம்பெனிகள் எல்லாம் தங்கள் ரயில் வண்டி நிலையங்கள் கண்ணைக் கவரும் அழகு பொருந்திய கட்டடங்களாக இருக்க வேண்டும் என்று நினைக்கத் தொடங்கின. தலைசிறந்த சிற்பிகளைத் துணைகொண்டு, பற்பல வகைச் சிற்பக் கலைகள் நிரம்பிய அழகிய மாளிகைகளை அமைக்க முற்பட்டன. அந்நிலையங்களில் சில மிகப் பெரிய பரப்பை உடையவை. உதாரணமாக, இத்தாலியிலுள்ள மிலான் நகரின் ரயில் வண்டி நிலையத்தின் பரப்பு 103 ஏக்கர். இதுவே உலகத்தில் மிகப் பெரிய ரயில் நிலையம். நமது நாட்டில் பம்பாயிலும், கல்கத்தாவிலும், சென்னையிலும், பரோடாவிலும், லக்னௌவிலும், உள்ள ரயில் வண்டி நிலையங்கள் அழகானவை. பொதுவாக, அந்தந்தப் பகுதிகளில் உள்ள சிற்பக்கலை முறைகளையே இந்த அழகிய கட்டடங்களில் இயன்றவரையில் பொருத்த முயன்றிருக் கிறார்கள். ஆயினும், தலைசிறந்த சிற்பிகளால் கற்பனை செய்து கட்டப்படும் கட்டடங்கள் பலவகையான சிற்பக் கலைகளையும் இணைத்து, மனத்தை கவரும் வனப்பு உடையவையாகக் கட்டப்பட்டிருக்கின்றன. நாடு முழுதும் ஒன்று என்பதற்கு இவையும் சான்றுகளாக நின்று காட்சியளிக்கின்றன.

சாதாரண ரயில் நிலையங்கள் எல்லாம் நமது நாட்டில் செங்கல் சுண்ணாம்பால் கட்டியவை. ஒரு சில இடங்களில் கல் கட்டடங்களையும் காணலாம். நிர்வாகத்துக்கு வேண்டிய அலுவல் அறைகளும், பிரயாணிகள் பகலிலும், இரவிலும் தங்குவதற்குரிய இடங்களும், அறைகளும், பிரயாணிகளுக்குத் தேவையான வேறு பற்பல வசதிகளும், அவற்றில் அமைக்கப் பட்டிருக்கும். சில தலைசிறந்த ரயில் நிலையங்களில் கடைகள், சாப்பாட்டு விடுதிகள், புத்தக சாலைகள், சினிமாக்கள், நாடக அரங்குகள், முதலியவற்றைக் காணலாம்.

பிளாட்பாரம்

ரயில் நிலையங்களில், ரயில்கள் வந்து நிற்பதற்கும், அவற்றில் பிரயாணிகள் ஏறுவதற்கும், அவற்றிலிருந்து இறங்குவதற்கும், ஏற்றபடி, பிளாட்பாரங்கள் என்னும் நெடுந் திண்ணைகள் அமைக்கப்பட்டிருக்கும். நமது நாட்டு ரயில் நிலையங்களுள்

இத்தாலி-Italy. **மிலான்**-Milan. **பிளாட்பாரம்**-Platform.

சோன்பூரில் உள்ள பிளாட்பாரத்தின் நீளம் 2,415 அடி. அடுத்தபடியாக, கரக்பூரில் உள்ளது 2,350 அடி; லக்னௌவில் உள்ளது 2,250 அடி; விஜயவாடாவில் உள்ளது 2,100 அடி ஜான்ஸியில் உள்ளது 2,025 அடி. இவற்றுள் முதல் இரண்டும் உலகத்தில் உள்ள பிளாட்பாரங்கள் எல்லாவற்றையும் விட அதிக நீளம் உள்ளவை. மற்றவை மூன்றும் 2,000 அடிக்கு மேற்பட்டவை.

சாமான் வண்டிப் பேட்டை

முன் நாளிலே வெளி ஊர்களிலிருந்து நகரங்களுக்கு உள்ளே வரும் மாட்டுவண்டிகள் நிற்கவும், தங்கவும், சாமான்களை இறக்கவும் ஏற்றவும், வண்டிப் பேட்டைகள் என்னும் பொது இடங்கள் உண்டு. அது போலவே நகரங்களை அடுத்து ரயில் வண்டிப் பேட்டைகள் அமைக்கப்பட்டிருக்கின்றன.

இவற்றில் ஏராளமான சாமான் வண்டிகள் நிற்கவும், ஒன்றோடு ஒன்று இணைக்கப்படவும், ஒன்றிலிருந்து ஒன்று பிரிக்கப்படவும், வேண்டிய வசதிகள் இருக்கும். அகன்ற இடத்தில் தண்டவாளங்கள் பின்னிக் காணும். அங்கு நிற்கும் வண்டிகளை எஞ்சின்கள் முன்னும் பின்னுமாக இழுத்து, இணைத்தும் பிரித்தும் வருவது சலிக்காத காட்சி. கழுவவேண்டிய பிரயாணி வண்டிகள், சாமான் வண்டி வகைகள், பலவகைப் பண்டங்களும் அவற்றை ஏற்றுவதற்குரிய வண்டிகளும், ஆகியவற்றை இங்கே நிறையக் காணலாம். இரட்டை இரட்டையான தண்டவாளங்கள் வலைபோல் நெடுந்தூரம் பின்னிக் காணும் காட்சி மிகவும் அழகாக இருக்கும்.

★

ரயில் வண்டி வகைகள்

இக் காலத்தில் ரயில் வண்டிகளில் எத்தனையோ வகைகளைக் காண்கிறோம். அவற்றைப் பிரயாணி வண்டிகள், சாமான் வண்டிகள், எஞ்சின்கள், என்னும் மூன்று முக்கிய வகைகளாகப் பிரிக்கலாம்.

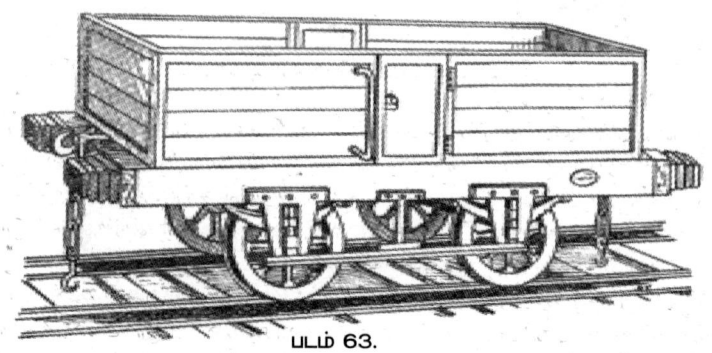

படம் 63.
நூறு ஆண்டுகளுக்கு முன்னிருந்த 'கோச்சு' வண்டி.

இவ்வகைகள் ஒவ்வொன்றிலும் எத்தனையோ உட் பிரிவுகள் இருக்கின்றன.

பிரயாணி வண்டிகள்

முதன்முதலாக ரயில் ஓடிய இங்கிலாந்தில், தொடக்கத்தில் அமைக்கப்பட்ட பிரயாணி வண்டிகள் அக் காலத்தில் அந்நாட்டின் அரச பாட்டைகளில் ஓடிய கோச்சு வண்டிகளின் அமைப்பை ஒரு முறையில், அதாவது சக்கரத் தடங்களின் அகலத்தில், ஒத்திருந்தன என்று பார்த்தோம். அந்தப் பிரயாணி வண்டிகளை நாலு சக்கரங்களில் ஏற்றிய பெரிய திறந்த பெட்டிகள் என்று சொல்லுவதே பொருந்தும். அந்த ரயில்

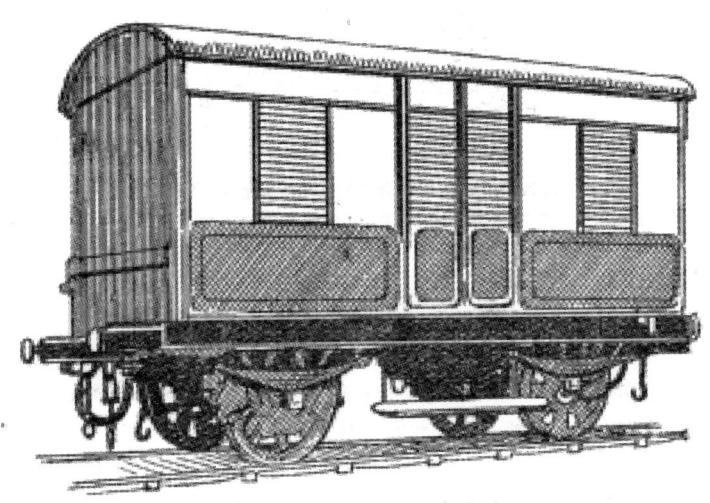

படம் 64.
பழைய 'மூடிய' (கூண்டு) வண்டி.

வண்டிகளுக்கு அடியில் நல்ல வில்லுகள் கிடையாது. அப்பெட்டி களில் ஆட்கள் உட்காருவதற்காகக் கிடைப்போக்கில் சில பெஞ்சுகள் போடப்பட்டிருந்தன. அவற்றில் சாய்வதற்கு முதுகுப் பலகை கிடையாது; மேலே சாமான்களை வைப்பதற்குத் தட்டுப் பலகையும் கிடையாது; வண்டிக்கு மேல் மூடியும் கிடையாது; ஆகாயம் வரை அவை திறந்து கிடந்தன. காற்றும் மழையும் வெயிலும் பனியும் ரயில் பிரயாணிகளின் மீது உறைத்தன.

பிரயாணி வண்டிகள் - passenger coaches.

வண்டியோடு வண்டியை இணைக்கும் கொக்கிகள் தளர்த்தியாக விடப்பட்டிருந்தன. ஆதலால், வண்டி புறப்படும்போது ஒவ்வொரு வண்டியும் சுண்டிச் சுண்டி இழுக்கப்பட்டு நகரும்; நிற்கும்போது ஒன்றோடொன்று தடால் என்று அதிர்ச்சியோடு மோதும். எஞ்சினின் வேகம் மாறும்போதெல்லாம், அதற்குத் தக்கபடி, இந்த இரண்டு வகையான நிகழ்ச்சிகளில் ஏதேனும் ஒன்று நிகழ்ந்துகொண்டேயிருக்கும். அப்போது அவற்றில் நெருங்கி உட்கார்ந்து கொண்டிருக்கும் பிரயாணிகள் முன்னும் பின்னும் உதறிக் குலுக்கித் தள்ளப்பட்டு, ஆடி விழுவார்கள். பயணம் முடிந்ததும் 'அப்பாடி!' என்று பெரு மூச்சு விடுவார்கள். ரயில் நிலையங்களில் ஒதுங்க இடம் கிடையாது. ரயில் கட்டணங்களும் மனம்போல் கடுமையாக வாங்கப்பட்டன.

திருத்தங்கள்

பிறகு, படிப்படியாக, அவை எல்லாம் திருத்தி அமைக்கப் பட்டன. முதலில் வண்டிகளுக்கு மேல்- தட்டிகள் போடப் பட்டன. நெடுங்காலம் வரை வண்டிகளில் விளக்குகள் இல்லாமல் இருந்தது. வெளிச்சம் வேண்டும் என்று விரும்புகிறவர்கள் சொந்தத்தில் மெழுகுவர்த்திகளையும் தீப்பெட்டிகளையும் எடுத்துச் சென்றார்கள். மேல் தட்டி போடப்பட்ட பின்புதான் விளக்குகளை அமைக்க முடிந்தது. நமது நாட்டில் தொடக்கம் முதலே எண்ணெய் விளக்குகள் போடப்பட்டு வந்தன. மின்சார விளக்குகள் நமது நாட்டில் முதன் முதலாக ஜோட்பூர் சமஸ்தானத்து ரயில் வண்டிகளில் போடப்பட்டன. 1907 வாக்கில் மற்ற ரயில் வண்டிகளிலும் அவை போடப்பட்டன.

வரவர, ஒவ்வொன்றாக, இந்த நிலைகள் மாறுபட்டன. பிரயாணிகளுக்கு வேண்டிய வசதிகள் மேன்மேலும் அளிக்கப் படத் தொடங்கின. மேல்-தட்டி, கதவு, சன்னல், உட்காருவதற்கும் உறங்குவதற்கும் இதமாக உள்ள மெத்தை போட்ட பெஞ்சுகள், விளக்கு, விசிறி, முகம் கைகால் கழுவுவதற்கான இடங்கள், உணவு சிற்றுண்டி முதலிய தின்பண்ட வசதிகள், படிக்கப் பத்திரிகைகள், புத்தகங்கள், முதலியவை எல்லாம் ரயில் வண்டிகளிலும் ரயில் நிலையங்கள் முதலியவற்றிலும் அமைக்கப்பட்டன. வண்டிகள் நல்ல வில்லுகளின்மீது பொருத்தப்பட்டன.

மேலும், முதலில் ஒரே பெட்டியைப் போல் அமைந்திருந்த பெரிய வண்டிகள் சிலவற்றைக் குறுக்கே தடுத்து, தனித்தனி அறைகளாகப் பிரித்தார்கள். வேறு சிலவற்றில் நீண்ட அறையை

அப்படியே வைத்துக்கொண்டு, அதன் ஒருபுறமாகக் குறுக்கே பெஞ்சுகளை அமைத்து, மறு ஓரமாக அந்த வண்டி முழுதும் செல்லும்படி வழியை அமைத்தார்கள். வேறு சில வண்டிகளில் இருபுறமும் பெஞ்சுகளை அமைத்து, நடுவில் வழியை விட்டார்கள். பிறகு வண்டி தொடரில் உள்ள வண்டிகளில் ஒன்றிலிருந்து மற்றொன்றுக்குப் போகும்படி ஏற்பாடு செய்யப்பட்டது. வண்டிக்கு வண்டி சிறு பாலமும் இருந்தது. அதற்குத் துருத்தி போல் மடிக்கக்கூடிய பக்கங்களும், மேல்தட்டியும், இருந்தன.

இக்காலத்தில் நமது நாட்டில் முதலாவது, இரண்டாவது, மூன்றாவது, வகுப்பு என்று மூன்று வகையான பிரயாணி வண்டிகள் இருப்பதும் அவற்றில் பல வகையான வசதிகள் அமைக்கப்பட்டிருப்பதும், தரத்துக்கு ஏற்றபடி கட்டணங்கள் விதிக்கப்பட்டிருப்பதும், பலரும் அறிந்ததே. 1874-ஆம் ஆண்டில் மூன்றாவது வகுப்புக்கும் கீழ்த்தரமான நான்காவது வகுப்பு ஒன்று ஏற்படுத்தப்பட்டது. அந்த வண்டிகளில் உட்காருவதற்குப் பெஞ்சு ஒன்றும் கிடையாது. கட்டை வண்டியிலோ, பழங்காலத் தபால் வண்டியிலோ, குந்தியோ காலை மடக்கியோ உட்கார்ந்திருப்பது போல் உட்கார்ந்திருக்க வேண்டும். நல்ல வேளையாக இந்த வண்டி இப்போது இல்லை. நடுவில் சில காலம் இரண்டாம் வகுப்புக்கும் மூன்றாம் வகுப்புக்கும் இடையே ‘நடுத்தர வகுப்பு வண்டி’ என்று ஒன்று போடப்பட்டது. அதுவும் இப்போது இல்லை.

முதலில் கட்டப்பட்ட பிரயாணி வண்டிகள் சிறியவை. அவற்றிற்கு நான்கு சக்கரங்களே இருந்தன. அவற்றின் கதவுகள் வெளிப்புறமாகத் திறந்தன. உட்புறமாகத் திறக்கும் கதவுகள் முதன்முதலில் 1909-ஆம் ஆண்டில் போடப்பட்டன. முதலில் வண்டிகளின் அடிச்சட்டங்களை மரத்தால் அமைத்திருந் தார்கள். வேண்டிய இடங்களில் அவற்றை உறுதிப்படுத்த எஃகுச் சட்டங்களை உபயோகித்தார்கள். வரவர, இந்நிலை மாறி, இப்பொழுது கட்டப்படும் வண்டிகள் முழுதும் ஒருமித்த எஃகினால் செய்யப்படுகின்றன. இப்படி எஃகினால் முற்றமைப் பையும் பெற்றிருக்கும் இக்கால வண்டிகள் மிகவும் உறுதியானவை.

ஜோட்பூர்-Jodhpur.

படம் 65.
நாலு சக்கரங்களும் வில்லும் பெற்று, வளைந்த ரயில் பாதையிலும் திரும்பக் கூடியபடி அமைந்து, ரயில் வண்டியின் அடி அமைப்பாக உள்ள 'போகி'.

விபத்துகளில் இவை சடசட என்று நெருங்கி, நொறுங்கி அதிகம் சேதமுற மாட்டா. எளிதில் தீக்கு இரையாகவும் மாட்டா. இரும்பினால் அமைந்திருப்பதால், இவற்றின் அடிச்சட்டங்கள் விரைவில் ஊறி உளுத்துப் பழுதடைய மாட்டா. இச்சட்டங்கள் குழலாக அமைந்திருப்பதாலும், திண்ணிய மெல்லிய எஃகுத் தகடுகளால் இவை அமைக்கப்பட்டிருப்பதாலும், இவற்றின் பளுவும் குறைவு, இவற்றின் எல்லாப் பகுதிகளும் இயன்ற வரையில் ஒன்றோடொன்று பற்ற வைக்கப்பட்டிருப்பதால் இவை எளிதில் பெயர்ந்து போவதில்லை. இவற்றின் அடியில் இரண்டு ஜதையாக அமைந்த எட்டுச் சக்கரங்களும் நல்ல வில்லுகளும், இருப்பதால், இவை அதிகம் ஆட்டிக் குலுக்காமலும், அதிர்ந்து ஓசைப்படுத்தாமலும், உடலுக்கும் காதுக்கும் இதமாக இருக்கின்றன.

இப்படிப்பட்ட அடிச்சட்ட அமைப்புக்கு 'போகி' என்று பெயர். கண்ணுக்கும் இனிமையாக இருக்கும்படி இவை அமைக்கப்பட்டு வருகின்றன. முதன்முதலில், இப்படிப்பட்ட வண்டிகள் இங்கிலாந்திலிருந்தும், பின்னர் ஸ்விட்சர்லாந்தி லிருந்தும், வரவழைக்கப்பட்டன. இக் காலத்தில் இவை எல்லாம்

நடுத்தர வகுப்பு-Intermediate class. முற்றமைப்பு வண்டி-integral coach.

படம் 66.

சென்னைக்கு அருகில் பெரம்பூரில் உள்ள, 'இன்டிக்கிரல் கோச்சு பாக்டரி' எனப்படும், ரயில் வண்டி கட்டும் தொழிற்சாலை. 'வளையச் சட்டங்'களுக்குள்ளே வண்டிப் பகுதி கட்டப்படுவதையும், குறுக்குச் சட்டத்தின் அடியே வண்டியின் மேற்பகுதியின் சட்டம் இருப்பதையும், பக்கத்தில் உள்ள 'சாரங்களில்' தொழிலாளிகள் நின்று தொழில் புரிவதையும் படத்தில் காணலாம்.

நமது நாட்டுத் தொழிற்சாலைகளிலேயே செய்யப்படுகின்றன. வேண்டிய வசதிகள் எல்லாம் மேன்மேலும் இவற்றில் பொருத்தப்பட்டு வருகின்றன. இவை எல்லாம் நம்முடைய நாட்டைச் சேர்ந்தவை, நம்முடையவை, என்பதை நாம் நன்கு உணர வேண்டும். நமது உடைமையாகிய இவற்றைப் பழுதுறா மலும், அசுத்தப்படுத்தாமலும், பயன்படுத்தி வரவேண்டும். இப்படிச் செய்வதே அறிவுடைமை; கடமையும் அதுவே.

இக் காலத்தில் பல வகுப்பு வண்டிகளிலும் விளக்கு, விசிறி, உறங்கும் இடம், கை கால் கழுவும் இடம், முதலியவை அமைக்கப்பட்டிருக்கின்றன. கட்டணத்துக்கு ஏற்றபடி, மேல்

ஸ்விட்சர்லாந்து-Switzerland.

வகுப்பு வண்டிகளில் சிற்சில வசதிகள் சற்றே அதிகமாக அமைக்கப்பட்டிருக்கின்றன.

மீஉயர் வகுப்பு

சில காலமாக மீஉயர் வகுப்பு வண்டி ஒன்று சில ரயில் தொடர்களில் இணைக்கப்பட்டு வருகிறது. இவற்றை 'நற்காற்றுலாவும் வண்டிகள்' என்று சொல்லலாம். இவை முதன்முதலில் 1936-ஆம் ஆண்டில் வழங்கத் தொடங்கின. இவ்வகை வண்டிகளில் தும்பு தூசி நுழையாது. உள்ளிருக்கும் காற்று எப்பொழுதும் இதமான குளிர்ச்சியை உடையதாக வைக்கப் பட்டிருக்கும். இதில் உள்ள சன்னல்கள் பெரியவை, கண்ணாடிகள் போடப்பட்டவை. அக்கண்ணாடிகள் வெளிக் காட்சியை மறைக்காதவை; கண்ணைக் கூசும் ஒளியை மட்டுப்படுத்தி உள்ளே வரவிடுபவை. இந்த வண்டிகள் பகலில் இனிதாக உட்கார்ந்திருக்கவும், இரவில் நன்கு படுத்து உறங்கவும், ஏற்றவை; அழகானவை; எழில் பொருந்தியவை; நெடுந் தூரப் பயணத்துக்கு ஏற்ற பற்பல சௌகரியங்களை உடையவை.

சாமான் வண்டிகள்

நமது நாட்டிலே ரயில் வண்டிப் பாதையை அமைக்கலாமா, ரயில் வண்டிகளை ஓட்டலாமா என்ற எண்ணம் முதலில் தோன்றியபோது, பலர் பலவகையான கருத்துகளை வெளி யிட்டார்கள். இந்த வண்டிகளை நம்பி மனிதர்கள் இவற்றில்

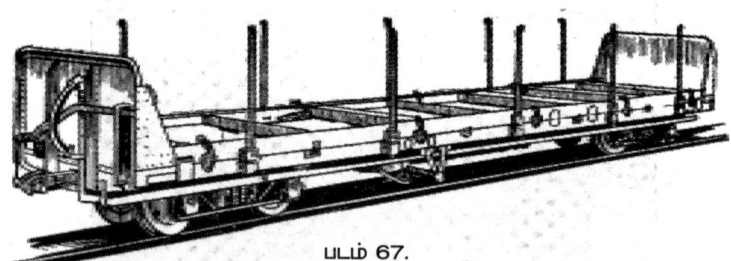

படம் 67.

'கட்டை' வண்டி (இதில் முன்னும் பின்னுமாக இரண்டு 'போகி'கள் இருப்பதைக் கவனிக்கவும்.) நீண்ட கட்டைகளை இதில் ஏற்றலாம்.

ஏறமாட்டார்கள். இவை மிகவும் ஆபத்தானவை. பண்டங்களை ஏற்றிச் செல்வதற்கு இவை ஒருவேளை பயன்படலாம் என்று பலர் கூறினார்கள். நமது நாடு மிகப் பரந்த பெருநாடாக ஒரு

மீஉயர்-highest. நற்காற்றுலாவும்-air conditioned.

கண்டமாக உள்ளதாலும், சாதாரணப் பண்ட வண்டிகளைக் காட்டிலும் ரயில் பண்ட வண்டிகள் பெரிதாக இருப்பதால் அவற்றில் அதிகப் பளு ஏற்ற முடியுமாதலாலும் அவற்றைக் காட்டிலும் விரைவாகவும் அவ்வளவு ஆட்டம் இன்றியும் ரயில் ஓடுமாதலாலும், பண்டங்களை ஏற்றிச் செல்வது ரயிலின் ஒரு முக்கிய நோக்கமாகக் கருதப்பட்டு வந்தது.

முதன்முதலில் அமைக்கப்பட்ட சாமான் வண்டிகள், நமது நாட்டில் இப்போது எங்கும் காணப்படும் மாடு பூட்டிய சாமான் வண்டிகளைப் போல, திறந்த கட்டை வண்டிகள். அவற்றிற்குக் கூண்டோ, மேல் மூடியோ கிடையாது. மழையானாலும், வெயிலானாலும் அவை திறந்தபடியே இருந்தன. நல்ல பாதைகளிலும், பாதைகள் இல்லாத மணல் பிரதேசங்களிலும், சேறும் நொடிகளும் உளையும் மிக்க இடங்களிலும், அரும்பாடுபட்டு, மெதுவாக, ஆடி அசைந்து செல்லும் கட்டை வண்டிகளுக்கு இரண்டு சக்கரங்கள் உண்டு; இவற்றுக்கு நான்கு சக்கரங்கள் உண்டு. இவை தண்டவாளங்களின் மீது ஓடின; அதிகப் பளுவைச் சுமந்து சென்றன. இவை இரண்டுக்கும் இடையே அப்போது உள்ள வேற்றுமை எல்லாம் அநேகமாக இவ்வளவுதான்.

பலவகைப் பண்டங்கள்

ஆனால் இந்த வண்டிகள் பல வகையான பண்டங்களை ஏற்றிச் செல்ல வேண்டியிருந்தது. சில பண்டங்களின்மீது மழை

படம் 68.
சென்னை மாவட்டத்தில் கட்டப்படும் 'போகி' சாமான் வண்டி- திறந்த வகை.

படம் 69.
சென்னை மாவட்டத்தில் கட்டப்படும் 'போகி'
சாமான் வண்டி- மூடிய வகை.

பொழியலாகாது; சிலவற்றின்மீது வெயில் உறைக்கலாகாது; நெருப்பு அணுகலாகாது; சிலவற்றின்மீது அதிகக் காற்று வீசலாகாது. பண்டங்களில், பளுவானவை சில, இலேசானவை சில; கெட்டியானவை சில; நெகிழ்ந்து திரவமாக உள்ளவை சில; அளவில் பெரியவை சில. அளவில் சிறியவை பல; தட்டை யானவை சில; உருண்டையானவை சில; எளிதில் உடையக் கூடியவை சில; பலம் மிகுந்தவை சில; நறுமணம் உடையவை சில; தீய நாற்றம் உடையவை சில; விலை உயர்ந்தவை சில; அற்பமானவை சில; இப்படி எல்லாம் பற்பல தன்மையும், மதிப்பும், உருவமும், நிறமும், மணமும், உடைய பலவகைப் பண்டங்களையும் ஒரே வகையான வண்டியில் எடுத்து செல்வது எளிதன்று. அந்த அந்தப் பண்டத்தின் தன்மைக்கு ஏற்றபடி, சாமான் வண்டிகளை அமைப்பதே முறை என்பது தெரிந்தது. ஆதலால், விரைவிலேயே, மூடிய சாமான் வண்டிகள் அமைக்கப்பட்டன. பின்பு அவை பலவகையான திருத்தங் களையும் உருமாற்றங்களையும் பெற்றன.

உடல் அமைப்பு

முதன்முதலில் நமது நாட்டில் ஓடிய சாமான் வண்டிகள் நான்கு சக்கரம் உடையவை. இப்பொழுதும் அப்படிப்பட்ட வண்டிகளே அதிகம் இருக்கின்றன. அவற்றின் அடிச் சட்டமும்

பக்கங்களும் மரத்தினால் ஆனவை. அங்கங்கே இரும்புச் சட்டங்களும் கைகளும் அவற்றுக்கு உறுதியளித்தன. அவற்றில் 12 டன்னுக்கு மேல் பாரம் ஏற்ற முடியாது. ஆதலால், நாளடைவில் எஃகுச் சட்டங்களாலும் எஃகுத் தகடுகளாலும் சாமான் வண்டிகளைக் கட்டத் தொடங்கினார்கள். பக்க வாட்டத்தில் திறக்கும் பக்கங்களோ, அல்லது கீழ்ப்புறமாக மடியக்கூடிய பக்கங்களோ, திறந்த வண்டிகளில் அமைக்கப்பட்டன. மூடிய வண்டிகளில் கீல் வைத்த கதவுகள் போடப்பட்டன. கால்நடைகள் ஏறுவதற்காகச் சில வண்டிகளில் உள்ள கதவுகளின் கீழ்ப் பகுதி மடிந்து தரையில் படியும்படி ஏற்பாடு செய்யப்பட்டிருந்தது.

பண்டங்களுக்கு ஏற்றபடி வண்டிகள்

பளு மிகுந்த நீண்ட மரக் கட்டைகள், தண்டவாளங்கள், உத்தரங்கள், கல் தூண்கள், உடைத்த கல், சரளைக் கல், மண்,

படம் 70.
மண் வண்டி (சாய்த்துக் கொட்டக் கூடியது)

மணல், களிமண், நிலக்கரி, கல்கரி, அடுப்புக் கரி, பலவகைத் தாதுப் பொருள்கள், சிமெண்டு, செங்கல், சுண்ணாம்பு, மண் எண்ணெய், பெட்ரோல், தண்ணீர், காய்கறி, பழங்கள், கரும்பு, விறகு, மூங்கில், யானை, குதிரை, ஆடு, மாடு, கோழி, வாத்து, பறவைகள், நாய், சிங்கம், புலி முதலிய கொடிய விலங்குகள் முயல், மீன், பால், இறைச்சி, மருந்துகள், துணிமணிகள், உணவுத் தானியங்கள், பனிக்கட்டி, வெடி மருந்து, மோட்டார் கார், பெரிதும் சிறிது மான இயந்திரங்கள், நாகரிகத் தட்டுமுட்டுச் சாமான்கள் ஆகியவற்றையும் இன்னும் இவை போன்ற பலவற்றையும் ரயில் வண்டிகளில் எடுத்துச் செல்ல வேண்டியிருக்கிறது.

ஆடு, மாடுகளை ஏற்றிச் செல்லும் வண்டிகளின் மேற்புறத்தில் நல்ல காற்றுப் போக்குவரவு இருப்பதற்கும், அடிப்புறத்தில்

படம் 71.
ஆடு, மாடுகளை ஏற்றும் வண்டி

அசுத்தங்கள் வடிந்து அகற்றப்படுவதற்கும், ஏற்பாடுகள் அமைக்கப்பட்டிருக்கும். மரக் கட்டைகளை ஏற்றும் வண்டிகள் திறந்திருக்கும். ஆனால் கட்டைகள் உருண்டு புரளாமல் இருப்பதற்கு வேண்டிய ஏற்பாடுகள் அவற்றில் செய்யப்பட்டிருக்கும். எண்ணெய் வண்டிகளை கிடைப் போக்காக உள்ள பீப்பாய்கள் என்று சொல்லலாம். கல்லும் மண்ணும் ஏற்றும் வண்டிகள் கவிழ்த்தோ சாய்த்தோ கொட்டுவதற்கு ஏற்றபடி அமைந்திருக்கும். வெடிமருந்து வண்டிகளின் உட்புறத்தில் நாற்புறமும் மேலும் கீழும் மரப் பலகைகள் சுவர் போலும் அடித்தளம் போலும் மேற்தட்டி போலும் இடப்பட்டிருக்கும். இரும்போடு இரும்பு உராய்வதால் தோன்றும் வெப்பம். வெடிமருந்தின் மீது தாக்காதிருப்பதற்கான ஏற்பாடுகள் அவ்வண்டிகளில் செய்யப் பட்டிருக்கும். அவ் வண்டிகளில் உள்ள கீல், தாழ்ப்பாள் முதலியவை பீரங்கி வெண்கலத்தால் அமைக்கப்பட்டிருக்கும். ஆதலால் தப்பித் தவறியும் அதிர்ச்சியால் நெருப்புப் பொறி அவற்றில் உண்டாகாது. பெட்ரோல் வண்டிகளில் தனிப்பட்ட

எண்ணெய் வண்டிகள்-oil tankers.

படம் 72.

'போகி' அமைப்பை உடைய சாமான் வண்டி (1911)

பாதுகாப்புகள் பற்பல இருக்கும். அவற்றின்மீது வெயில் உறைக்காமல் ஒதுக்கும் பொருட்டு, அவற்றின் வெளிப்புறத்தில் வெண்நிறப்பூச்சு பூசியிருக்கும். சாமான்களை அதிர்ச்சியின்றியும் அதிகமாகவும் ஏற்றிச் செல்லும் பொருட்டு, எட்டுச் சக்கரங்கள் போட்ட சாமான் வண்டிகளை மேன்மேலும் கட்டவும் உபயோகிக்கவும் தொடங்கிவிட்டார்கள்.

தணிந்த வண்டி

இக் காலத்தில் நமது நாட்டின் பற்பல பகுதிகளிலும் கட்டப்பட்டு வரும் பற்பல இயந்திர அமைப்புகளுக்கு எத்தனையோ வகையான கருவிகள் முதலியவை தேவையாக இருக்கின்றன. அளவில் பெரியவையாயும், பற்பல வகையாக

படம் 73. பெரிய தணிந்த வண்டி

(நடுவில் பளுவான சாமான் ஏற்றப்பட்டிருப்பதைக் கவனிக்கவும்)

அமைந்தவையாயும், மிகவும் பளுவுள்ளவையாயும், இருக்கும் இயந்திரங்கள் முதலியவற்றை ஏற்றி எடுத்துச் செல்லுவதற்காக நடுத்தாழ்ந்த, தணிந்த வண்டிகள் கட்டப்பட்டிருக்கின்றன. இவை முன்னும் பின்னும் உயர்ந்து, நடுவில் தொட்டியைப்

பீரங்கி வெண்கலம்-gun metal. பெட்ரோல்-petrol.

படம் 74.

பெரிய எஞ்சினைச் சுமந்து செல்வதற்கான மற்றோர் ஏற்பாடு, பளுவைத் தாங்கக் கூடியபடி பல சக்கரங்கள் அமைந்த 'பர்ன் டிரக்கின் மீது' எஞ்சின் மேட்டுப் பாதையிலிருந்து மெல்ல ஏற்றப்படுகிறது. இந்த எஞ்சின் YD-வகையைச் சார்ந்தது. இதன் சக்கர தொகுதியைக் கவனிக்கவும்.

போலவோ, சிறு கிணற்றைப் போலவோ, தாழ்ந்திருப்பதால், இவற்றுக்குக் 'கிணற்று வண்டி' என்று பொருள்படும் பெயர் இடப்பட்டிருக்கிறது. சுமார் 50 ஆண்டுகளுக்கு முன் கட்டப்பட்ட இப்படிப்பட்ட வண்டி ஒன்று, முன் ஆறும் பின் ஆறுமாக, பன்னிரண்டு சக்கரங்களை உடையதாக இருந்தது. இது 40 டன் எடையுள்ள பளுவான சாமான்களையும் தாங்கும். அண்மையில் கட்டப்பட்ட வண்டி ஒன்று 130 டன் எடையுள்ள பளுவான சாமான்களைத் தாங்கிச் செல்லும். இப்படிப்பட்ட வண்டி ஒன்றுக்கு முன்புறம் பன்னிரெண்டும் பின்புறம் பன்னி ரெண்டுமாக, மொத்தம் இருபத்துநான்கு சக்கரங்கள் இருக்கும். இதன் நீளம் 90 அடிக்கு மேல் இருக்கும்.

தணிந்த வண்டி (கிணற்று வண்டி)-well wagon.

தபால் வண்டி

நமது நாட்டில் ரயில் வருவதற்கு முன் சில முக்கியமான நகரங்களுக்கு இடையில் மட்டுமே, பெரும்பான்மையும் சிற்சில அரச பாட்டைகளின் வழியாக, தபால் போக்குவரத்து நடந்து வந்தது. கால்நடையாகவும், குதிரை, ஒட்டகம் முதலியவற்றின் மீதும், மாட்டு வண்டி, குதிரை வண்டி முதலியவற்றிலும், படகுகளிலும், தபால் எடுத்துச் செல்லப்பட்டது. சற்றே பளுவான சாமான்களைத் தபாலில் அனுப்ப யாதொரு முறையான ஏற்பாடும் இல்லை. நாட்டின் வெவ்வேறு மாகாணங்களில் வெவ்வேறு வகையான தபால் ஏற்பாடுகளும் தபால். கட்டணங்களும் இருந்தன. அப்போது ஒரு கடிதம் கல்கத்தாவிலிருந்து பம்பாய்க்குப் போய்ச் சேர 8 நாள் முதல் 10 நாள் வரையில் ஆகும். அதற்கு விதிக்கப்பட்ட கட்டணம் தோலாவுக்கு ஒரு ரூபாய். ரயில் வந்த பிறகுதான் தபால்கள் பல ஊர்களுக்கும் விரைவாகவும், குறைந்த செலவிலும், ஒழுங்காகவும், எடுத்துச் செல்லப்படத் தொடங்கின.

முதலில் ஒவ்வோர் ஊருக்கும் போகவேண்டிய தபால்களைத் தனித்தனிப் பைகளில் போட்டு, ரயிலில் உள்ள 'கார்டு' வண்டியில் ஏற்றுவார்கள். ரயில் நிற்கும் ஒவ்வோர் ஊரிலும் அங்கு இறக்க வேண்டிய பைகளைத் தேடி இறக்கிவருவது சிரமமாக இருந்தது அதற்கு அதிக நேரமும் பிடித்தது. ஆதலால், தபால்களை ஊர் ஊராகப் பிரித்துத் தனிப் பையில் போடும் வேலை ரயிலிலேயே செய்யப்படும்படி ஒரு தனித் தபால் வண்டி, வேண்டிய வசதிகளோடு அமைக்கப்பட்டு, சிற்சில ரயில் தொடர்களில் சேர்க்கப்பட்டது. இந்த முறை 1907-ஆம் ஆண்டு முதல் ஒழுங்காக நடைபெற்று வருகிறது. இப்படிப்பட்ட வண்டிகளுக்குத் தபால் வண்டி என்று பொருள்படும் 'போஸ்டல் வான்' என்னும் பெயர் வழங்கப்படுகிறது. அதற்கு 'மெயில்வான்' என்னும் மற்றொரு பெயரும் உண்டு. ரயில் ஓடும்போதே அதில் உள்ள ஆட்கள் தபால் பைகளைப் பிரித்து, ஊர் ஊராகப் பாகுபடுத்தி, மூடி முத்திரையிட்டு வைக்கிறார்கள். அந்தந்த ஊர் வந்ததும், அதற்குரிய தபால் பைகள் இறக்கப்படுகின்றன. சில நாடுகளில், ரயில் ஓடும்போதே அவை நிற்காத ஊர்களைச் சார்ந்த தபால் பைகளை ஏற்றவும் இறக்கவும் வேண்டிய ஆச்சர்ய ஏற்பாடுகள் செய்யப்பட்டிருக்கின்றன.

தபால் வண்டி- mail van (Postal van).

சாப்பாட்டு வண்டி

சிற்சில ரயில் தொடர்களில் சாப்பாட்டு வண்டிகள் இணைக்கப்பட்டிருக்கும். அவற்றின் ஒருபுறத்தில் சமையல் செய்வதற்குரிய வசதிகளும், பாக்கி இடம் முழுதும் மேசை போட்டுப் பிரயாணிகள் சாப்பிடுவதற்கு உரிய வசதிகளும், செய்யப்பட்டிருக்கும். உரிய கட்டணங்களைச் செலுத்தியவர்கள் இவ்வண்டிகளில் அமர்ந்து உணவருந்தலாம்.

சினிமா வண்டி

இக் காலத்தில் சினிமாவைப் பார்ப்பது ஒரு சாதாரணப் பொழுதுபோக்கு ஆகிவிட்டது. எட்டா தூரங்களில் உள்ள ரயில் வேலை ஆட்களுக்கும், நெடுந்தூரம் ரயிலில் பயணம் செய்ய வேண்டியிருக்கும் பிரயாணிகளுக்கும், பொழுது போவதற்காகச் சினிமாப் படம் காட்டும் வண்டிகளையும் அமெரிக்கா போன்ற நாடுகளில் அமைத்து வருகிறார்கள்.

சலூன் வண்டிகள்

ரயில் நிர்வாகத் துறையிலும் அரசாங்கத் துறையிலும் பெரும் பதவியில் இருப்பவர்கள் வேண்டிய வசதிகளோடு பயணம் செய்வதற்கும், அப்போதே தமது வேலைகளை கவனித்து வருவதற்கும், ஏற்றபடி சில சில தனிப்பட்ட வண்டிகள் கட்டப் பட்டிருக்கின்றன. அவற்றிற்குச் 'சலூன்' என்று பெயர். ரயில் தொடரில் இவை சிலபோது இணைக்கப்படுவதுண்டு. ராஷ்டிர பதியைப் போன்ற சிற்சில பெரியோருக்குத் தனியான வண்டி தொடரே ஒதுக்கி வைக்கப்படுவதும் உண்டு.

கார்டு வண்டி

ஓடும் ரயிலை மேல் பார்த்துவரும் 'கார்டு' என்னும் அதிகாரியின் வண்டி ரயில் தொடரின் கடைசியில் சேர்க்கப் பட்டிருக்கும். இந்த வண்டியில் கார்டு சௌகரியமாக இருந்து வேலை பார்ப்பதற்கு வேண்டிய வசதிகள் பலவும் அமைக்கப் பட்டிருக்கும். அந்த வண்டியின் ஒரு பகுதி ரயிலில் செல்லும் பிரயாணிகளின் பளுவான சாமான்களையும், பார்சல்களையும், ஏற்றுவதற்கு வேண்டியபடி அமைக்கப்பட்டிருக்கும்.

கார்டு வண்டி-guard van. (ரயிலின் காப்பாளர் ஏறிச்செல்லும் வண்டி) **சாப்பாட்டு வண்டி**-dining car. **சலூன்**-saloon.

படம் 75.
இது F- வகையைச் சேர்ந்த எஞ்சின். இதன் சக்கர அமைப்பு 2-6-4 என்று அமைந்திருப்பதைக் காண்க.

எஞ்சின் வகை

மஞ்சள், கறுப்பு, வெள்ளை, நிறங்கள் நன்கு பூசப்பட்டு, பளபள என்று மின்னி, ஒரு வண்டி தொடரை இழுத்துக் கொண்டு, முதன்முதலாக நன்றாக ஓடிப் பெயர்பெற்ற எஞ்சின் ஸ்டீபன்ஸன் இயற்றிய ராக்கெட்டு என்பது. அதை இருப்புக் குதிரை என்று புகழ்ந்த மக்கள் பலரும் அதை ஓர் அற்புதப் படைப்பு என்றே எண்ணி மகிழ்ந்திருக்க வேண்டும். ஆயினும், அதைப் படைத்த எஞ்சினியர்களுக்கும், அவர்களை ஒத்த அறிவை உடைய ஒரு சில பிறருக்கும், அதில் உள்ள குறைகள் தெரியாமல் இல்லை. ஆகவே, அந்தக் குறைகளை எல்லாம் நீக்கவும், ஊர்தி எஞ்சினை இன்னும் திறமையாக வேலை செய்யச் செய்யவும், அவர்கள் முயன்று வந்தார்கள். மேலும், எல்லா வகையான வேலைகளையும் ஒரே வகை எஞ்சினைக் கொண்டு செய்விப்பது அறிவீனம் என்பது அவர்களுக்கு நன்கு தெரியவந்தது. தொழில், பாதை, இடம், முதலியவற்றுக்கு ஏற்றபடி பலவகை எஞ்சின்கள் அமைக்கப்படத் தொடங்கின. இந்தத் துறையில் பல நாட்டிலும் உள்ள பல சிறந்த அறிஞர்கள் ஈடுபட்டதால், அவரவர்களுடைய

மனப்பான்மைக்கும் திறமைக்கும் ஏற்றபடியும் எஞ்சின்களின் அமைப்பு மாறுபட்டது. இப்படியாக நாளடைவில் பற்பல வகை எஞ்சின்கள் அமைக்கப்பட்டுவிட்டன. பெரிய ரயில் நிலையங்களில் பலவகை வண்டிகளை, முன்னும் பின்னுமாக, மெதுவாக இயக்கிக் குற்றேவல் செய்தல், நீண்ட பிரயாணி வண்டி தொடர் களை இழுத்துச் செல்லுதல், வேகமாக ஓடுதல், பளு மிகுந்த சாமான் வண்டி தொடர்களை இழுத்தல், மலைப் பகுதிகளில் ஏற்ற இறக்கங்களில் செல்லுதல், முதலியவற்றுக்கு எல்லாம் தக்கபடி எஞ்சின்களை அமைக்கத் தொடங்கினார்கள். அதுபோலவே முக்கியமான மூன்று வகை ரயில் பாதைகளுக்கு ஏற்றபடியும் அவற்றின் அமைப்பு மாறுபட்டது. நாளடைவில் இவ் வகைகள் அதிகமாகி, மிகப் பலவாகப் பெருகின. உதாரணமாக, நமது நாட்டில் மட்டும் 1923-ஆம் ஆண்டில் 500 வகை எஞ்சின்கள் இருந்தன. இத்தனை தனிப்பட்ட வகைகள் இருக்கத் தேவை இல்லை என்பதை உணர்ந்து, இப்போது எஞ்சின் வகைகளைக் குறைக்க முயன்று வருகிறார்கள். 1952-இல் இவை 377 வகைகளாகக் குறைந்து போயின. நாள் செல்லச் செல்ல, 50 வகைகளாக இவற்றைக் குறைத்துவிடலாம் என்று இக்கால எஞ்சினியர்கள் நினைக்கிறார்கள்.

முன்பும் இன்றும்

முதன்முதலில் அமைக்கப்பட்ட ‘ராக்கெட்டு’ எஞ்சினின் எடை நாலரை டன்னுக்கு மேல் இல்லை. அதற்கு இரண்டு ஓட்டு-சக்கரங்களும், இரண்டு உருள் சக்கரங்களுமாக, மொத்தம் நான்கு சக்கரங்களே இருந்தன. அதன் மிகுந்த வேகம் மணிக்கு 30 மைலுக்கு மேல் இல்லை. இக் காலத்தில் அமெரிக்காவில் ஓடும் சில எஞ்சின்களின் எடை நானூறு டன். கரி வண்டியைச் சேர்த்தால், நானூற்று அறுபது டன்னுக்கு அதிகம். அவற்றுக்குப் பன்னிரண்டு அல்லது பதினாறு ஓட்டு சக்கரங்களும், பன்னிரண்டு உருள் சக்கரங்களும், இருக்கின்றன. அவற்றின் நீளம் 133 அடி. அவை மணிக்கு நூறு மைல் வேகத்தில் ஓடக்கூடும்.

சங்கேத முறை

எஞ்சின்களின் வகையைச் சாதாரணமாக அவற்றின் அடியில் உள்ள சக்கரங்களின் எண்ணையும் வரிசையையும் கொண்டு குறிப்பிடுவது வழக்கமாக இருந்துவருகிறது. இக்காலத்து எஞ்சின்களின் அடிப்புறத்தைப் பார்த்தால், சாதாரணமாக, அவற்றில் முன்புறத்தில் சில உருள் சக்கரங்களும், அவற்றுக்குப் பின் நடுவில் சில ஓட்டு சக்கரங்களும், அவற்றுக்கும்

படம் 76.

நீரொழுக்கு முறையில் அமைந்த பெரிய வகை W.P. எஞ்சின். இது 4-6-2 என்னும் வகையைச் சார்ந்தது. அதாவது முன்னால் தாங்கு-சக்கரங்கள் 4; அடுத்து ஓட்டு சக்கரங்கள் 6; பின்னால் தாங்கு சக்கரங்கள் 2. இது பெரும் பளுவை இழுத்துக்கொண்டு வேகமாக ஓடக்கூடிய எஞ்சின்.

பின் இன்னும் சில உருள் சக்கரங்களும், இருப்பதைக் காணலாம். இவை வேறு வகையாக அமைந்திருப்பதும் உண்டு. இச்சக்கரங்களின் எண்ணைக்கொண்டு எஞ்சின்களைக் குறிப்பிடுகிறார்கள். உதாரணமாக, முதன் முதலில் பம்பாயில் ஓடிய ரயிலில் பூட்டியிருந்த 'லார்டு பாக்லந்து' என்னும் எஞ்சினின் முன்புறத்தில், இரு புறமுமாகச் சேர்த்து, இரண்டு உருள் சக்கரங்களும், அவற்றின் பின் நான்கு ஓட்டு சக்கரங்களும், இருந்தன. அவற்றுக்குப்பின் வேறு உருள் சக்கரங்கள் இல்லை. ஆதலால், மொத்தம் ஆறு சக்கரங்களே உள்ள இதை 2-4-0 என்று குறிப்பிடுவது வழக்கம். அமெரிக்காவில் உள்ள சில பெரிய எஞ்சின்களை இணைப்பு எஞ்சின்கள் என்றே சொல்ல வேண்டும். அவற்றில் பிரயாணி வண்டியை மிக வேகமாக இழுத்துக் கொண்டு ஓடும் ஓர் எஞ்சினின் சக்கர அமைப்பு 4-6-2: 2-6-4. அதாவது, முன்னால் நான்கு உருள் சக்கரங்கள், பிறகு ஆறு ஓட்டு சக்கரங்கள், இரண்டு ஜதை உருள் சக்கரங்கள், அதன் பின் ஆறு ஓட்டு சக்கரங்கள், அதன்பின் நான்கு உருள் சக்கரங்கள், என்பது பொருள். ஒரு மைல் நீளமுள்ள நீண்ட சாமான் வண்டி தொடரையோ, அல்லது

பிரயாணி வண்டி தொடரையோ, இழுத்துச் செல்லும் எஞ்சினின் சக்கர அமைப்பு 4-8-2: 2-8-4. அதாவது, முதலில் நான்கு உருள் சக்கரங்கள், அதன்பின் எட்டு ஓட்டு சக்கரங்கள், அதன் பின் இரண்டு உருள் சக்கரங்கள், பிறகு இன்னும் இரண்டு உருள் சக்கரங்கள் பின்னர் எட்டு ஓட்டு சக்கரங்கள், கடைசியில் நாலு உருள் சக்கரங்கள் என்பது பொருள்.

வேலையும் சக்கரங்களும்

ஒரே அகலமுள்ள பாதையில் ஓடும் எஞ்சின்களில் உள்ள ஓட்டு சக்கரங்கள் எல்லா எஞ்சின்களிலும் ஒரே அளவுள்ளவை யாகவும், ஒரே எண்ணுள்ளவையாகவும், இருப்பதில்லையே. ஏன்? இதற்கு ஒரு காரணம் உண்டு. சக்கரங்கள் எண்ணில் அதிகமாயி ருந்தால், அவற்றிற்குத் தண்டவாளங்களின்மீது அதிகப் பிடிப்புக் கிடைக்கிறது. அவை அளவில் குறைவாக இருந்தால், அவற்றைச் சுழலச் செய்வதற்குக் குறைந்த சக்தி போதியதாக இருக்கும். ஆதலால், வேகமாக ஓட வேண்டியிருக்கும் பிரயாணி வண்டி களை இழுக்கும் எஞ்சின்களின் ஓட்டு சக்கரங்கள் அளவில் பெரியவையாயும், எண்ணில் குறைந்தவையாயும் இருக்கும்; பளுவான சாமான் வண்டிகளை இழுக்கும் எஞ்சின்களின் ஓட்டு சக்கரங்களின் அளவில் குறைந்தும், எண்ணில் மிகுந்தும் இருக்கும்.

மற்றொரு முறை

நமது நாட்டில் எஞ்சின் வகைகளை வேறொரு முறையாகவும் குறிப்பிடுகிறார்கள். இம் முறையில் எஞ்சின் ஓடும் பாதையை ஓர் ஆங்கில எழுத்தாலும், எஞ்சினை மற்றோர் ஆங்கில எழுத்தாலும் குறிப்பிடுகிறார்கள். ஒருசில ஆண்டுகளுக்கு முன்னால் பல வகையான சங்கேதங்கள் இருந்தன. இரண்டாவது உலக மகா யுத்தத்துக்குப் பின்பு இச் சங்கேத முறைகளை எளிதாக்கி விட்டார்கள். மேற்கூறிய இரண்டு எழுத்து முறையில் அவற்றைக் குறிப்பிடுகிறார்கள். இந்த முறைப்படி W என்னும் எழுத்து அகலப் பாதையையும், Y என்பது மீட்டர் பாதையையும், Z என்பது ஒடுக்கப் பாதையையும் குறிக்கும். P என்னும் எழுத்து

இணைப்பு எஞ்சின்-Compound engine.

பிரயாணி வண்டிகளை இழுக்கும் எஞ்சின்களையும், G என்பது சாமான் வண்டிகளை இழுக்கும் எஞ்சின்களையும் குறிக்கும். ஆதலால், YP என்றால் மீட்டர் பாதையில் பிரயாணி வண்டிகளை இழுக்கும் எஞ்சின் என்றும், YG என்றால் அதே பாதையில் சாமான் வண்டிகளை இழுக்கும் எஞ்சின் என்றும், நாம் எளிதில் தெரிந்துகொள்ளலாம்.

முதன்முதலில் அமைக்கப்பட்ட ரயில் எஞ்சின்கள் கனம் அதிகம் இல்லாதவை, வலிமை குறைந்தவை. நாளடைவில் கட்டப்பட்டு வந்த எஞ்சின்களில் இவை இரண்டும் ஏறிக் கொண்டே வந்தன. சுமார் 20 ஆண்டுகளுக்கு முன் அகலப் பாதையில் ஓடிவந்த எஞ்சின்கள் எட்டுப் பிரயாணி வண்டிகளையே இழுக்கக் கூடியவை. புதிதாகக் கட்டப்பட்ட WP எஞ்சின்கள் பதினான்கு பிரயாணி வண்டிகளை இழுக்க வல்லவை. இன்னும் புதிதாகக் கட்டப்பட்ட டீசல் எண்ணெயை எரிக்கும் எஞ்சின்கள் பதினெட்டு வண்டிகள் வரை இழுக்கக் கூடியவை.

ஓடும் ரயில்

ரயில் வண்டிகள் ஒழுங்காக ஓடிவருவதற்குச் சீரான ரயில் பாதையும், நல்ல எஞ்சினும், வண்டிகளும் மட்டும் இருந்தால் போதாது. ரயிலை ஓட்டு வதற்கும், மேல் பார்ப்பதற்கும், பாதுகாப்பதற்கும், ரயில் நிலையங்களையும் அவ்வாறே பாதுகாத்துப் பற்பல நிர்வாக அலுவல்களை நடத்துவதற்கும், பிரயாணிகளுக்குச் சீட்டு முதலியவை கொடுப் பதற்கும், பிற வகையாகவும் அவர்களைக் கவனிப் பதற்கும், தகுதி உடைய ஆட்கள் வேண்டும். அவர்களுடைய பலவகையான நலங்களையும் கவனிப்பதற்கு உரிய வசதிகள் வேண்டும். ஓடும் ரயிலை நிறுத்துவதற்கும், எச்சரிப்பதற்கும், பழுது பார்ப்பதற்கும், ஏற்ற கருவிகளும், நிலையங்களும் வேண்டும்.

ஆட்கள்

ரயிலை ஓட்டுபவர்களும், எஞ்சினியர் முதலியோரும், தக்க கல்வி உள்ளவராயும், ஏற்ற பயிற்சி அளிக்கப்

டீசல் எண்ணெய்-Diesel oil.

படம் 77.

ரயில் எஞ்சினைத் திசைமாறித் திருப்புவதற்கு அமைக்கப்பட்ட 'திருப்பு மேசை' தொட்டிபோல் அமைந்த இந்த ஏற்பாட்டில் நடுவே இடப்பட்ட தண்டவாளத்தின் மீது மெல்ல எஞ்சின் வந்து நிற்கும். அதைத் தாங்கும் பகுதி சக்கரங்களை உடையது. அவற்றின் துணையால் அந்தப் பகுதி சுழலும்படியாக அமைந்திருக்கிறது. அது 180° நேர் எதிராக, அதாவது அரை வட்டம் சுழன்றால், எஞ்சின் எதிர்ப்புறமாகத் திரும்பி நிற்கும். இக் கருவி மின்விசையால் இயங்குவது.

பட்டவராயும், பொறுப்புடையவராயும், இருப்பது அவசியம். அவ்வாறே மேலதிகாரிகளும் இருக்க வேண்டும். இதற்கு ஏற்ற ஏற்பாடுகளும் பயிற்சி இடங்களும் நமது நாட்டில் பல இடங்களில் இருக்கின்றன. அவற்றுள் ஜமால்பூர், கௌஹதி, பீனா, சந்தோசி, சகரன்பூர் முதலியவை முக்கியமானவை. திருச்சிராப்பள்ளி முதலிய இடங்களிலும் சிலவகைப் பயிற்சிகள் அளிக்கப்படுகின்றன. மேல் நிர்வாகப் பொறுப்பை ஏற்க வேண்டியவர்களுக்குப் பரோடாவில் ஒரு நல்ல கல்லூரி ஏற்படுத்தப் பட்டிருக்கிறது.

ரயில் துறையில் வேலை பார்ப்பவர்களுக்குப் பல இடங்களில் வீடுகள் முதலியவை கட்டிக் கொடுக்கப்பட்டிருக்கின்றன. இவை சிற்றூர்களாக அமைந்து, வாசகசாலைகள், புத்தகசாலைகள், பள்ளிகள், மருத்துவசாலைகள் உணவுப் பண்டகசாலைகள்,

---

ஜமால்பூர்-Jamalpur. கௌஹதி-Gauhati. பீனா-Bina. சந்தோசி-Chandosi. சகரன்பூர்-Saharanpur.

விளையாட்டிடங்கள், நாடக அரங்குகள், பொதுநல ஏற்பாடுகள், தண்ணீர், விளக்கு முதலிய பல வசதிகளை உடையவையாக இருக்கின்றன.

வண்டிகளைக் கட்டுதல்

நமது நாட்டில் ரயில் தொடங்கிய காலம் முதல் ரயில் எஞ்சின்களும், சில வகை வண்டிகளும், பல வகைப்பட்ட வண்டிகளின் உறுப்புகளும், அயல் நாடுகளிலிருந்துதான் வரவேண்டியிருந்தது. அப்போது நமது நாட்டில் இவற்றுக்கு வேண்டிய அடிப்படை பொருள்கள் இல்லை; இயந்திரங்களும் கருவிகளும் இல்லை; பயிற்சியும் திறமையும் மிக்க இயந்திர நிபுணர்களோ, வேலையாட்களோ, தொழிலாளிகளோ இல்லை. முதலில், பற்பல அயல் நாட்டு வியாபார கம்பெனிகளே ரயில் நிர்வாகத்தை நடத்தி வந்தன. நாளடைவில், ஆனால் சிறிது சிறிதாகவே, இக்குறைகள் நீக்கப்பட்டு வந்தன. நாடு சுதந்திரம் பெற்ற பின்பு, இந்தத் துறை மிகவும் முன்னேறியிருக்கிறது.

எஞ்சின்கள்

முதன் முதலாக நமது நாட்டில் எஞ்சின்களைக் கட்டும் தொழிற்சாலை 1885-ஆம் ஆண்டில் ஜமால்பூரில் தொடங்கப் பட்டது. பின்னர் ஆஜ்மீரில் மீட்டர் கேஜ் எஞ்சின்களைக் கட்டும் தொழிற்சாலை 1896-ஆம் ஆண்டு முதல் எஞ்சின்களை இயற்றி வந்தது. இப்போது சித்தரஞ்சனிலும் ஜாம்ஷெட்பூரிலும் எஞ்சினைக் கட்டும் தொழிற்சாலைகள் அமைக்கப்பட்டு மிக நன்றாகச் செயல்புரிந்து வருகின்றன. இவ்விரண்டும் தொடங்கப் பட்டவுடன் முன்னர் இத்தொழிலில் ஈடுபட்டிருந்த இரண்டு தொழிற்சாலைகளும் தாம் செய்துவந்த கட்டட வேலையை நிறுத்திவிட்டு, செப்பனிட்டுப் பழுது பார்க்கும் வேலையையே மேற்கொண்டு நடத்திவருகின்றன.

சித்தரஞ்சன் தொழிற்சாலை மிகச் சிறந்த தேசபக்தரான சித்தரஞ்சன் தாஸ் என்பவரின் பெயரை என்றென்றும் நிலவச் செய்வதற்காக அவ்வாறு பெயரிடப்பட்டது. 1950-ஆம் ஆண்டு ஜனவரி மாதம் 26-ஆம் தேதியன்று அவரது மனைவியாரால் அதன் திறப்புவிழா தலைமைதாங்கி நடத்தப்பெற்றது. அவ் ஆண்டில் நவம்பர் மாதம் 1-ஆம் தேதியன்று, முதல் எஞ்சின், நமது

பரோடா-Baroda. மீட்டர் கேஜ்-metre gauge.

நாட்டு ராஷ்டிரபதியின் தலைமையில், தனது சக்தியால் இயங்கி வெளி வந்தது. இப்போது ஆண்டுதோறும் பல எஞ்சின்கள் அங்கே கட்டப்பட்டு வருகின்றன. நெடுநாள் கனவுகளாக இருந்த எண்ணங்கள் பல இப்போது நனவுகளாகி வருகின்றன.

வண்டிகளைச் செப்பனிடுதல்

இப்படிப் பற்பல வகையான வசதிகளையும் மேன்மேலும் அளிக்கப் பெற்றுவரும் ரயில் வண்டிகளும், ரயில் நிலையங்களும், பிறவும், எப்பொழுதும் ஒழுங்கான நன்னிலையில் இருந்து வருவது மிக மிக இன்றியமையாதது. ஆதலால், அதற்குரிய பற்பல வகையான காரியங்களை எல்லாம் செய்துவருவதற்கான தொழிற்சாலைகளும் நமது நாட்டின் பற்பல பகுதிகளிலும்

படம் 78.

ஒரு பெரிய எஞ்சினை இரண்டு 'கிரேன்' கருவிகள் எளிதாக தூக்குதல். எஞ்சின் தடம் புரண்டாலும், அதை வேற்றிடத்துக்குத் தூக்கிச் செல்ல வேண்டியிருந்தாலும், ஆற்றல் மிக்க இவ்வகை இயந்திரக் கருவிகள் பயன்படுகின்றன.

ஊர்களிலும் அமைக்கப்பட்டிருக்கின்றன. இவற்றுள் பரேல், மாதுங்கா, தோகத், ஜமால்பூர், கரக்பூர், லில்லூவா, காஞ்சரபரா, பெரம்பூர், பொன்மலை, சார்பாக், ஆஜ்மீர், கோரக்பூர், ஹுப்ளி

முதலியவற்றை முக்கியமானவை என்று குறிப்பிடலாம். இவ்விடங்களில் எல்லாம் பற்பல வகையான வண்டிகளை கட்டுவதற்கும், பழுது பார்ப்பதற்கும், சீரிய நிலையில் வைத்திருப்பதற்கும், தேவையான இயந்திரங்கள், கருவிகள், ஆட்கள் முதலிய பலவகை துணைகளும் அமைக்கப்பட்டிருக்கின்றன. இத் துறை வளர வளர இவ்வாய்ப்புகள் எல்லாம் மேன்மேலும் பெருகும்.

துணைகள்

அரச பாட்டைகளில் வண்டிகள், சாதாரணமாக, மனம் போல் விலகிச் செல்லலாம். அப்படித்தான் செல்கின்றன. ரயில் வண்டிகள் எல்லாம் இடப்பட்ட பாதையை விட்டு விலகாமல் செல்லுகின்றன. அவ்வாறே செல்லவும் வேண்டும். ஆதலால், ரயிலை ஓட்டுபவர் கண்ணை மூடிக்கொண்டு ஓட்டலாம் என்று நினைக்கத் தோன்றும். அப்படி நினைப்பது தவறு. ரயிலை

படம் 79.

எஞ்சினின் சக்கரங்களுக்கு 'உயவு எண்ணெய்' எனப்படும் வழுக்கு எண்ணெய் இடுதல்

சித்தரஞ்சன்-Chittaranjan. ஜாம்ஷெட்பூர்-Jamshedpur. பரேல்-Parel. மாதுங்கா-Matunga. தோகட்-Dohad. கரக்பூர்-Kharagpur. லில்லூவா-Lilloah. காஞ்சரபரா-Kancharapara. பெரம்பூர்-Perambur. சார்பாக்-Charbagh. ஆஜ்மீர்-Ajmer. கோரக்பூர்-Gorakpur. ஹூப்ளி-Hubli.

படம் 80.
எஞ்சினின் சக்கரங்களைச் சுத்தியல் என்னும் கருவியால்
தட்டிப் பார்த்துச் சோதித்தல்.

மிகவும் எச்சரிக்கையாக கண்ணும் கருத்துமாக ஓட்ட வேண்டும். எத்தனை பேர்கள் ரயில்-ஓட்டியின் திறமையை நம்பியிருக் கிறார்கள்! அவர் எஞ்சினில் உள்ள கருவிகளைக் கவனித்து, அதன் வேகம், நீராவியின் அழுத்தம், வெப்பம், நீரின் அளவு முதலியவை சீராக இருக்கின்றனவா என்று கவனித்துவர வேண்டும்.

ரயில் ஓடும் பாதை சீராக இருக்கிறதா, அதில் உடைப்புகள் முறிவுகள் ஒன்றும் இல்லையா, குறுக்கே ஆடு, மாடு, மனிதர், மரம் போன்ற தடைகள் இருக்கின்றனவா, எஞ்சினின் சக்கரங்களில் உயவு எண்ணெய் என்னும் வழுக்குப் பொருள் சரியான அளவில் இருக்கிறதா சக்கரங்களில் உள்ள ஆணி, வில்லை, எல்லாம் தளர்த்தியாயில்லாமல் சீராகப் பொருந்தியிருக்கின்றனவா என்பதை எல்லாம் ரயில் ஓட்டி கவனித்துவர வேண்டும். அவருக்குத் துணையாக உள்ள கரியூட்டியும் உடனிருந்து, இவற்றை எல்லாம் கவனித்து வருவார்.

எச்சரிக்கைத் துணைகள்

சமமான நேர்கோட்டுப் பாதையில் ஓட்டுவதுபோல், ரயிலை வளைவு நெளிவுகளிலும் ஏற்ற இறக்கங்களிலும் ஓட்டலாகாது. முன்னவையால் ரயிலின் சமநிலை பாதிக்கப்படும்; பின்னவை யால் அதன் வேகம் மாறுபடும். வளைவுகள் எளிதில் கண்ணுக்குத்

தெரியும், ஏற்ற இறக்கங்கள் எளிதாகத் தெரியமாட்டா. அதன் பொருட்டு, ரயில் பாதையின் பக்கத்தில் அதன் ஏற்ற இறக்கங்களைக் குறிக்கும் எச்சரிக்கைக் குறிப்புகளைக் கொண்ட தணிந்த சிறிய கைகாட்டிகள் குறுகிய தூண்களில் பொருத்தப்பட்டிருக்கும். இவற்றைப் பார்த்தால், பாதை சமமானதா, ஏற்றம் உள்ளதா, இறக்கம் உள்ளதா, அப்படியானால் எவ்வளவு (அதாவது எத்தனை அடி தூரத்தில் எத்தனை அடி அது ஏறுகிறது அல்லது இறங்குகிறது) என்பது எல்லாம் எளிதில் தெரியும். தாங்கும் சிறு தூணிலிருந்து கீழ்நோக்கி வாட்டம் உடைய 'கை' பாதையின் இறக்கத்தைக் குறிக்கும்; மேல் நோக்கி வாட்டம் உடைய 'கை' பாதையின் ஏற்றத்தைக் குறிக்கும்.

ரயில் பாதையின் பக்கத்தில் நெடுக தந்திக் கம்பிகளையும் டெலிபோன் கம்பிகளையும் தாங்கிய தூண்கள் நிற்கும். தூரத்தைக் குறிப்பிடும் எண்கள் இவற்றில் எழுதப்பட்டிருக்கும். இவற்றைக் கொண்டு எந்த இடத்தில் ரயில் ஓடுகிறது என்பதை எளிதில் தெரிந்துகொள்ளலாம்.

வேறு எச்சரிக்கைகள்

வேறு சில இடங்களில் வேறு வகையான எச்சரிக்கை அடையாளங்களைக் காணலாம். நீண்ட பாலங்கள், குகைகள், வண்டிப்பாதை ரயில்பாதையைக் கடக்கும் இடங்கள், ஆட்கள் ரயில்பாதையில் வேலை செய்யும் இடங்கள், பழுதடைந்த பாதைப் பகுதிகள் போன்றவற்றுக்குச் சற்று முன்பு 'ஊது', 'மெதுவாகப் போ' 'இத்தனை மைல் வேகத்துக்கு மேல் போகாதே', என்பவை போன்ற எச்சரிக்கைகள் அயலில் நிற்கும் தூண்களில் பொருத்திய சிறு பலகைகளில் எழுதப்பட்டிருக்கும்.

கைகாட்டிகள்

இவை எல்லாவற்றையும் விட முக்கியமானவை கை காட்டிகள். ஒவ்வொரு ரயில் நிலையத்திலும் இருபுறமும் ஒவ்வொரு ரயில்பாதைக்கும் இரண்டு கைகாட்டிகள் வீதம் இருக்கும். ஒன்றுக்குத் 'தூரக் கைகாட்டி' அல்லது 'புறக் கைகாட்டி' என்றும், மற்றொன்றுக்கு 'வீட்டுக் கைகாட்டி' அல்லது 'அகக் கைகாட்டி' என்றும் பெயர். புறக் கைகாட்டியின் நீட்டியிருக்கும் வெளி நுனி கவட்டையைப் போல் வாய் பிளந்திருக்கும். அகக் கைகாட்டியின் வெளி நுனி தறித்தது போல் மட்டமாக இருக்கும். ரயில் வரும் புறமாக உள்ள இவற்றின் பக்கம் சிவப்பு நிறமாக இருக்கும். அதில் செங்குத்தாக ஒரு

படம் 81.

சிவப்பு, மஞ்சள், பச்சை என்னும் நிறங்களை வீசும் விளக்குகள் ரயில் ஓடுவதைக் கட்டுப்படுத்தவும் எச்சரிக்கை செய்யவும், பல நாடுகளில் போலவே, நமது நாட்டிலும் வழங்கப்படுகின்றன. மேலே தெரிவது பம்பாய்க்கு அருகில் உள்ள அத்தகைய விளக்கும், மின்சார ரயில்பாதையும், பிறவும்.

வெள்ளைக் கோடு இருக்கும். பின்புறம் வெண்ணிறம் பூசப்பட்டும் செங்குத்துக் கறுப்புக்கோடு உள்ளதாகவும் இருக்கும். இந்தக் கைகாட்டி கைகள் உயரத் தூக்கியோ, கிடைப்போக்காகவோ, தணிந்தோ வேண்டியவாறு வைக்கப்படக்கூடும். இவை 'நில்', 'கவனித்துப்போ', 'தடையில்லாமல் போ', என்பவற்றைக் குறிக்கும். அந்த நிலைகளைக் கவனித்து, ரயில் ஓட்டி ரயிலைச்

செலுத்திவரவேண்டும். முதலில் இப்படிக் கைகாட்டிகளின் கைகளை இயக்குவது ஆட்களாலேயே செய்யப்பட்டு வந்தது. இப்பொழுதும் பல இடங்களில் அவ்வாறுதான் செய்யப்பட்டு வருகிறது. சற்று அப்பால் உள்ள இடத்தில் வைத்திருக்கும் நீண்ட கைப்பிடிகளை நகர்த்தி, அவற்றோடு இணைக்கப்பட்ட முறுக்கிய இரும்புக் கம்பிகளால் இவற்றை இயங்கச் செய்கிறார்கள். ஆனால் சில இடங்களில் இக் காலத்தில் தானியங்கு முறையில், கைப்பிசகுக்கு இடம் இல்லாமல், இயந்திரங்களின் மூலமாகக் கைகாட்டிகளைத் தூக்கியும் இறக்கியும் வருகிறார்கள். மின்சாரமும் இதற்குத் துணை செய்கிறது. மின்சார ரயில்கள் முதலியவற்றில் எச்சரிக்கை ஏற்பாடுகள் சிவப்பு, மஞ்சள், பச்சை நிற விளக்குகளின் மூலமாக, தானியங்கு முறையில், செய்யப்பட்டு வருகின்றன. இம்முறைகள் சிக்கலானவை, ஆனால் மனித முயற்சியைக் குறைப்பவை, பெரும்பான்மையும் தவறு ஏற்படாமல் உழைப்பவை. ஆயினும், இவற்றையும் எச்சரிக்கை யோடு மேல் பார்ப்பது முக்கியம், கருவியைவிடக் கருத்தே மேலானது.

தடைகள்

ரயில் ஓடினால் மட்டும் போதாது. வேண்டும்போது, வேண்டிய இடத்தில் அது நிற்கவும் வேண்டும். நீராவி யைச் சிலிண்டருக்குள் புக விடாமல் நிறுத்திவிட்டால், ரயிலின் சக்கரம் மேலும் சுழற்றப்படாது; ரயிலும் மேலும் ஓட்டப்படாது; நின்று போகும். ஆனால், அதுவரை ஓடி வந்த வேகத்தில், அது நிற்பதற்கு நெடு நேரம் ஆகும்; அதற்குள் வண்டிகளும் நெடுந்தூரம் சென்றுவிடும். ஆதலால், ரயிலை விரைவில் நிறுத்துவதற்குச் சில ஏற்பாடுகளைச் செய்திருக்கிறார்கள். இவற்றிற்குப் பிரேக்கு என்று பெயர். இவை ரயிலின் சக்கரங்களைச் சுழல ஒட்டாமல் தடுக்கின்றன. சைக்கிளில் உள்ள பிரேக்குகள் என்னும் தடைகள் சக்கரத்தை அழுத்திப்

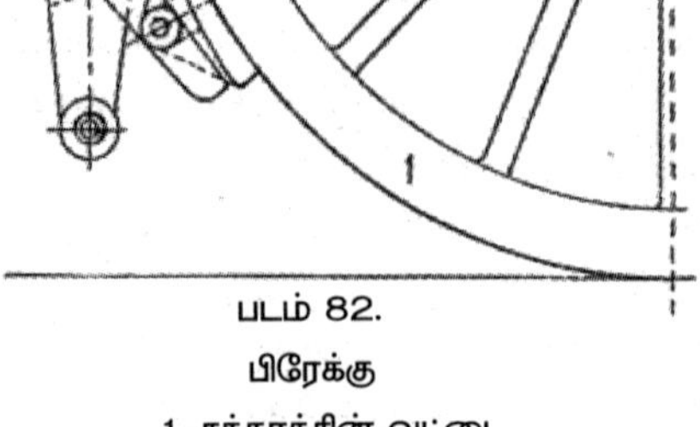

படம் 82.

பிரேக்கு

1. சக்கரத்தின் வட்டை
2. ஆரம்
3. பிரேக்குக் கட்டை

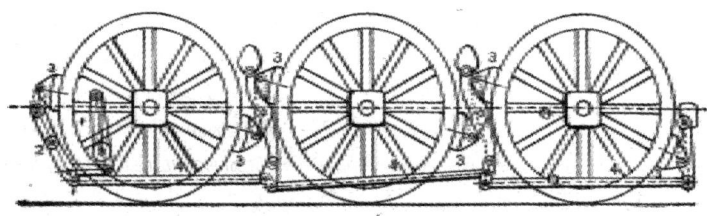

படம் 83. பிரேக்கு

1. சக்கரத்தின் வட்டை 2. பிரேக்குக் கோல்

3. பிரேக்குக் கட்டை 4. பிரேக்கு இணைகோல்

பிடித்து நிறுத்துவது போல, இவையும் சக்கரங்களைப் பிடித்து நிறுத்துகின்றன. நீண்ட ரயில் தொடரை இழுத்துக்கொண்டு எஞ்சின் ஓடும்பொழுது, அதன் பளுவும் விசையும் ஒன்றாகச் சேர்ந்து கொள்வதால், அதன் திணிவு வேகம் அதிகம். ஆயினும் சில வேளைகளில், யாராவது ஒருவர் வண்டியிலிருந்து தவறி விழுந்தாலோ, ரயிலுக்கு எதிரே உள்ள பாதையோ பாலமோ பழுதடைந்திருப்பதாகத் தெரிந்தாலோ, அதை அவசரமாக நிறுத்த வேண்டிவரலாம். ஆயினும், எப்பேர்ப்பட்ட தடையால் அதை அடக்கிப் பிடித்தாலும், அதை உடனே நிறுத்திவிட முடியாது. சிறிது தூரம் ஓடித்தான் ஆகவேண்டும். ஆனால் நெடுந்தூரம் அது ஓடுவதற்குள் அதை நிறுத்தக் கூடிய வலிமை வாய்ந்த பிரேக்குகள் இருக்கின்றன. பாதைப் புறத்தில் அமைக்கப்பட்ட எச்சரிக்கைகளைக் கவனித்து, வண்டி தொடரை நிறுத்த வேண்டியிருந்தால் எஞ்சின் ஓட்டி தன்முன் உள்ள ஒரு நெம்புகோலை இயக்குவார். அப்போது வண்டி தொடரில் உள்ள ஒவ்வொரு சக்கரத்தின்மீதும் தடைக் கட்டைகள் இறுக அழுத்தும். அவை சுழல்வதை நிறுத்தும். உருளும் சக்கரம் தண்டவாளத்தின் மீது உராயும், மேல் உள்ள பளு காரணமாக, இந்த உராய்வு சிறிது தூரத்துக்குள்ளே ரயிலை நிறுத்திவிடும்.

தடைகளின் வகைகள்

ரயிலில் காணப்படும் தடைகள், சாதாரணமாக, மூன்று வகைப்படும் ஒன்றுக்கு ‘கைத்தடை’ என்றும், மற்றொன்றுக்குக் ‘காற்றுத் தடை’ என்றும். மூன்றாவது வகைக்கு ‘வெற்றிடத்

பிரேக்கு-brake.

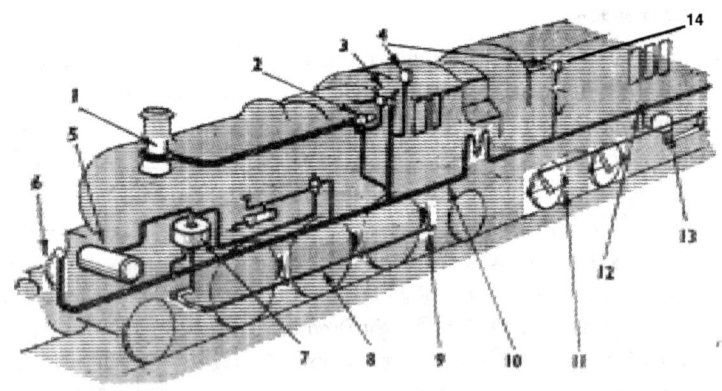

படம் 84.
வெற்றிடப் பிரேக்கு

1. வெளிச்செல் வழி 2. நீக்கி 3. வெற்றிடமானி 4. நீராவி 5. பாதுகாப்பு அதிகாரியின் வால்வும் மானியும் 6. பிரேக்கு-சிலிண்டர் 7. நெளி-இணைப்பு 8. தொட்டி 9. எஞ்சினின் பிரேக்கு-சிலிண்டர் 10. பிரேக்குக் கட்டைகளும் கோல்களும் 11. பம்பு 12. ரயில்-தொடர்க்குழாய் 13. பிரேக்குக் கட்டைகள் 14. இரண்டு வண்டிகளுக்கு இடையே உள்ள நெளி இணைப்பு.

தடை' என்றும் பெயர். முதல் வகை வெறும் இயந்திர முறையிலும், மற்றவை இரண்டும் இயந்திர முறையோடு இணைக்கப்பட்ட காற்றழுத்தத்தின் சக்தியாலும், தொழில் புரிகின்றன. இக்காலத்தில் கைத்தடைகள் தனித் தனியாக எஞ்சினிலும், கார்டு வண்டியிலும், சாமான் வண்டிகளிலும் இருக்கும். மற்றவை பிரயாணி வண்டி தொடரில் எஞ்சினிலும், கார்டு வண்டியிலும், வண்டி தொடரின் ஒவ்வொரு வண்டியிலும் இருக்கும். பிரயாணி வண்டியின் மேல்-தட்டின் ஓரமாக உட்புறம் தொங்கிக்கொண்டிருக்கும் கைப்பிடியை எல்லாரும் பார்த்திருக் கிறோம். அதைப் பிடித்து இழுத்தால், அதோடு பிணைத்திருக்கும் சங்கிலி அந்த வண்டிக்கு அடியில் உள்ள பிரேக்கை இயக்கி, வண்டியின் ஓட்டத்தைத் தடைசெய்யும். எதிர்பாராத அபாயங் களில் மட்டுமே இதைப் பிரயாணிகள் பயன்படுத்தலாம்.

திணிவு வேகம் (பொருண்மை-வேகம்)-momentum. கைத்தடை (கைப் பிரேக்கு)-hand brake. காற்றுத் தடை-air brake. வெற்றிடத் தடை (வெற்றிடப் பிரேக்கு)-Vacum brake.

கைப் பிரேக்கு

முன் காலத்தில் இப்படிப்பட்ட பிரேக்குகள் ஒவ்வொரு வண்டியிலும், ஒவ்வொரு சக்கரத்திலும் பொருத்தப்படவில்லை. எஞ்சினிலும், கார்டு வண்டிகளிலும், மட்டுமே கைப் பிரேக்கு இருந்தது. திரிவையின் மேல்மூடி போலப் பிடி போட்ட சக்கரம் ஒன்றைத் திருகினால், எஞ்சினிலோ கார்டு வண்டியிலோ உள்ள சக்கரத்தின்மீது தடை உறைக்கும். அது உருளுவதை நிறுத்தும். அந்த இரண்டு வண்டிகளின் சக்கர உராய்வினாலேயே ரயில்தொடர் முழுதும் நிறுத்தப்படும். ஆதலால், ஒரு ரயில் நிலையத்தில் ரயில் நிற்க வேண்டுமானால், அதற்குச் சுமார் ஒரு மைலுக்கு முன்னமேயே தடையைப் போடத் தொடங்க வேண்டும். இதனால் ரயிலின் சராசரி வேகம் மட்டுப்படும், ஓடும் நேரம் அதிகமாகும். ஆகையால் இந்தத் தடை முறையைத் திருத்தி அமைக்க வேண்டியிருந்தது. அறிஞர்கள் பலவகையான தடைகளை அமைக்க முயன்றார்கள். சங்கிலி இணைப்புத் தடை, நீராவியால் இயங்கும் தடை, நீரால் இயங்கும் தடை, அழுத்தமுற்ற வாயுத் தடை ஆகியவை அவற்றுள் சில. இவை ஒவ்வொன்றிலும் சிற்சில குறைகள் இருந்தன. சங்கிலி தளர்த்தியாகிவிடும். நீராவி நீராகிவிடும். நீர் குளிர்காலத்தில் உறைந்துவிடும். அழுத்தமுற்ற வாயுவால் இயங்கும் தடையே மற்ற வகைகளை விடச் சிறந்ததாக இருந்தது. ஆயினும் அந்த வாயு நிரம்பிய குழாய்விட்டுப் போனால், அல்லது அதில் ஓட்டை விழுந்தால், அது வேலை செய்யாது. மேலும், அது பொதுவாக தானியங்கு முறையில் வேலை செய்யக்கூடியது அன்று. தொடரிலிருந்து ஏதாவது வண்டி பிரிந்துவிட்டால், அந்த வண்டியை அது தானாகவே நிறுத்த மாட்டாது.

சிறந்த தடை

தேவையான அழுத்தம் செலுத்தக் கூடியதாயும், எஞ்சின் ஓட்டியோ அல்லது கார்டோ சட்டென்று உபயோகிக்கக் கூடியதாயும், இணைக்கும் குழாய் விண்டுபோனால் தானாகவே இயங்குவதாயும், உள்ள தடையே சிறந்த தடை.

இக்காலத்தில் தானியங்கு முறையில் வேலை செய்யும் இரண்டு வகைத் தடைகள் இருக்கின்றன. ஒன்றுக்கு 'வெற்றிடத் தடை' என்று பெயர். மற்றொன்றுக்கு 'அழுத்த காற்றுத் தடை' என்று பெயர். இப் புத்தமைப்பை வெஸ்டிங்ஹௌஸ் என்னும் ஒருவர் முதன்முதலாகக் கண்டுபிடித்தபடியால் இது வெஸ்டிங் ஹௌஸ் பிரேக்கு என்று சாதாரணமாக வழங்குகிறது.

வெற்றிடத் தடை

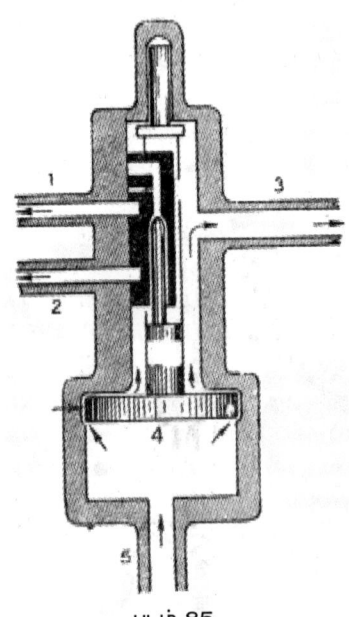

படம் 85.

அழுத்த காற்றுத் தடை அழுத்த முற்ற காற்று 5 என்னும் வழியாக வந்து 4 என்னும் பிஸ்டனை இயக்கி, பிரேக்குக் கட்டையை ரயிலின் சக்கரங்களின் மீது அழுந்தச் செய்கிறது.

காற்றுக் கடலின் அடித் தளத்தில் நாம் வாழ்கிறோம். காற்றுக்குப் பளு உண்டு; அழுத்த மும் உண்டு. சாதாரணமாக கடல் மட்டத்திலுள்ள இடத்தில், காற்று ஒவ்வோர் சதுர அங்குலப் பரப்பின்மீதும் 15 பவுண்டு அழுத்தத்தோடு நாற்புறமுமிருந்து உறைக்கிறது. காற்றே இல்லாத இடம் வெற்றிடம். காற்று இல்லாத இடத்தை நோக்கி, காற்று எப்பொழுதும் பாய்ந்து செல்லத் தயாராக இருக்கும். ஏதாவது குறுக்கிட்டால், அதைத் தன் முழு வலிமையோடு அழுத்தித் தள்ள முயலும். இந்தத் தத்துவம் தான் ரயில் வண்டிகளில் வைத்திருக்கும் வெற்றிடத் தடை முறையில் பயன்படுகிறது.

ரயில் வண்டியின் அடிப் புறத்திலே குட்டையாயும், தடி யாயும், உள்ள பெரிய சிலிண்டர் ஒன்று தொங்கவிட்டிருக்கும். அதன் இருபுறமும் உள்ள இரண்டு முனைகள் அதைத் தாங்கிக் கொண்டிருக்கும். அச் சிலிண்டருக்குள் சற்றே பெரிய பிஸ்டன் ஒன்று இருக்கும். அதன் பிஸ்டன் தண்டு சிலிண்டரின் அடிப்புறத்தில் வெளியே நீட்டிக் கொண்டிருக்கும். இந்தத் தண்டின் கீழ் முனை ஒரு கோலோடு இணைத்திருக்கும். பிஸ்டன் தண்டு இயங்குமானால், அது கோலை இயக்கும். கோலும் நெம்புகோலைப் போல் செயல் புரிந்து, வேறு சில கோல்களின் துணையால், ஒவ்வொரு சக்கரத்திலும் உள்ள இரண்டு பிரேக்குக் கட்டைகளைச் சக்கரங்களின்மீது அழுந்தச் செய்யும். பிஸ்டன் தண்டு தாழ்ந்திருக்கும் போது பிரேக்குக்

அழுத்த காற்று-compressed air. புத்தமைப்பு-invention. வெஸ்டிங் ஹௌஸ்-Westinghouse. கடல் மட்டம்-sea level.

கட்டைகள் சக்கரங்களின் மீது படாமலும், அவற்றைச் சற்றும் அழுத்தாமலும், விலகியிருக்கும். பிஸ்டன் தண்டு மேல் நோக்கி இயங்கினால், அது நெம்புகோலை இயக்கும். பிரேக்குக் கட்டைகள் சக்கரங்களின் மீது அழுத்தும்; அதாவது, பிரேக்கு பிடிக்கும்.

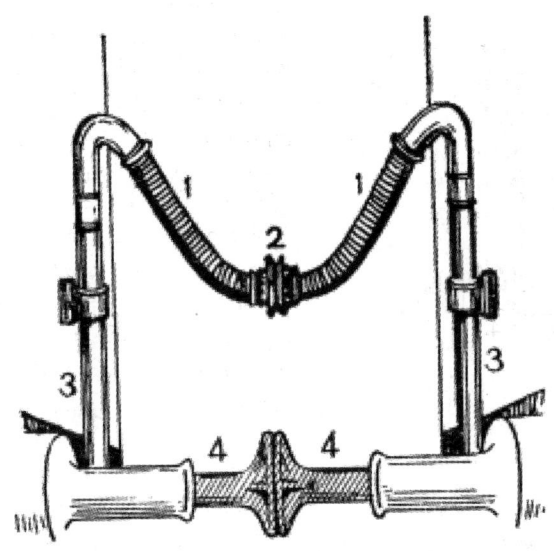

படம் 86.
வாக்குவம் பிரேக்கு இணைப்பு முறை
1. வளையும் குழாய்கள்
2. இணைப்பு முளைகள்
3. உலோகக் குழாய்கள்
4. அதிர்ச்சி தாங்கி

சிலிண்டரின் உட்புறம் உள்ள பிஸ்டனின் அடிப்புறத்தில் ஒரு வால்வு இருக்கும். அது அதற்கு அடியிலிருந்து காற்றை மேலே செல்ல விடாது. சிலிண்டரில் பிஸ்டனுக்குக் கீழே உள்ள பகுதியில் எஞ்சினிலிருந்து வரும் ஒரு குழாய் செருகியிருக்கும். ஒவ்வொரு வெற்றிடப் பிரேக்கின் சிலிண்டரிலும் இப்படியே. இக்குழாய் தொடர்ந்து எஞ்சினிலிருந்து கார்டு வண்டி வரை செல்லும். இரண்டு வண்டிகளுக்கு இடையே இது தொங்கிக் கொண்டிருப்பதை ஒவ்வொரு ரயில் தொடரிலும் காணலாம்.

நெம்புகோல்-lever. வாக்குவம் பிரேக் (வெற்றிடத் தடை)-Vacuum brake.

இது சுமார் 3 அங்குல குறுக்களவு உள்ளதாக இருக்கும். ரயில் புறப்படுவதற்கு முன் அங்குள்ள காற்றகற்றும் பம்பின் மூலமாக சிலிண்டர், குழாய் ஆகியவற்றிலிருந்து காற்றை நீக்கி, அவற்றை வெற்றிடமாக ஆக்குகிறார்கள். ஆதலால், சிலிண்டரின் உள்ளே, பிஸ்டனுக்கு மேலும் கீழும், வெற்றிடம் இருக்கும். பிரேக்கைப் போட வேண்டுமானால், எஞ்சின்- ஓட்டி அந்தக் குழாய்க்குள்ளே காற்றைப் புகவிடுவார். உடனே காற்று பிஸ்டனின் அடியில் உள்ள வால்வின் மீது மோதும். அது விரிந்து வழி மறிக்கும். மறுபுறம் வெற்றிடமாக இருப்பதால், காற்று பிஸ்டனை மேலே தள்ளும். இந்த அழுத்தத்தின் விசை சுமார் 1 ½ டன் வரையில் இருக்கக்கூடும். நெம்புகோலின் துணையால் இவ்விசை இன்னும் அதிகமாகப் பெருக்கப்படும். உடனே அதன் அடியில் உள்ள தண்டும் அதனோடு இணைத்த நெம்புகோலுமாகப் பிரேக்கைப் பலமாகப் போடும். ரயில் நிற்கும். கார்டும் இப்படியே செய்ய முடியும். இக் காலத்தில் ஒவ்வொரு பிரயாணி வண்டியிலும் போடப்பட்டிருக்கும் சங்கிலியை இழுத்தால், இதே வகையான நிகழ்ச்சி நடந்து, ரயில் நிறுத்தப்படும். எஞ்சினிலிருந்து வரும் நெடுங் குழாய் எங்கேயாவது விட்டுப் போனாலும், பிரேக்கு பிடித்து, ரயிலை நிறுத்திவிடும்.

அழுத்தமுற்ற காற்றுத் தடை

இதுவும் வெற்றிடத் தடையைப் போல், தானியங்கு முறையில், வேலை செய்வது. ஒவ்வொரு வண்டியின் அடிப்புறத்திலும் இதுவும் வைக்கப்பட்டிருக்கும். இதன் வேலை தத்துவம் வெற்றிட தடையின் வேலை தத்துவத்தைவிடச் சிக்கலானது. இதிலும் ஒரு சிலிண்டரும், அதன் உட்புறத்தில் வேலை செய்யும் பிஸ்டனும், உண்டு. இவற்றைத் தவிர, அழுத்தமுற்ற காற்றைத் தாங்கக்கூடிய ஒரு திண்ணிய ஏனமும் உண்டு. இதை அழுத்த காற்றுப் பெட்டி என்று சொல்லலாம். இக் கருவியின் முக்கியப் பகுதி ஒரு வால்வு. இதை முச்செயல் வால்வு என்றோ, மூவழி வால்வு என்றோ, சொல்லலாம். எஞ்சினில் வேலை செய்யும் சிறிய பம்பு ஒன்று அங்கு உள்ள ஏனம் ஒன்றில் அழுத்தமுற்ற காற்றை அடைத்து வரும். இந்த ஏனத்திலிருந்து ஒரு காற்றுக் குழாய் ரயிலின் கடைசி வண்டிவரை செல்லும். எஞ்சினில் உள்ள வால்வு ஒன்றைத் திறந்தால், அங்குள்ள ஏனத்திலுள்ள அழுத்தமுற்ற காற்று, காற்றுக் குழாயின் உள்ளே, பாயும். அது ஒவ்வொரு வண்டியிலும் அடியில் உள்ள தடைக் கருவியை அடைந்ததும், அங்குள்ள

காற்றகற்றும் பம்பு - exhaust pump. **விசை**- force.

முச்செயல் வால்வு ஒன்றை வந்து அடையும். அழுத்தமுற்ற காற்று அழுத்தக் காற்றுப் பெட்டியில் போகும்படியும், தடைச் சிலிண்டரில் தங்கியுள்ள காற்று வெளியே தப்பி ஓடும்படியும், முச்செயல் வால்வு செயல்புரியும். இப்போது அழுத்தக் காற்றுப் பெட்டி காற்றுக் குழாயோடு பொருந்தியும், பிரேக்குச் சிலிண்டர் காற்றுப் பெட்டியோடும் காற்றுக் குழாயோடும் பொருந்தாமலும் இருக்கும். இதனால் தடைகள் சக்கரங்களிலிருந்து விலகி நிற்கும். இதுதான் சாதாரண நிலை. தடையைப் பிடிக்கச் செய்வதற்கு எஞ்சின் ஓட்டி காற்றுக் குழாயிலிருந்து காற்றை வெளியே செல்ல விடுவார். அதில் உள்ள அழுத்தம் குறையும். உடனே முச்செயல் வால்வு இயங்கும். காற்றுக் குழாய்க்கும் அழுத்தக் காற்றுப் பெட்டிக்கும் இடையே உள்ள வழியை அடைக்கும். அவை இரண்டையும் பிரேக்குச் சிலிண்டரோடு இணைக்கும். அதன் உள்ளே காற்றுப் புகும். பிஸ்டனைத் தள்ளி, பிரேக்கை அழுத்தும். காற்றுக் குழாயில் எவ்வளவுக்கு எவ்வளவு அழுத்தம் குறைகிறதோ அவ்வளவுக்கு அவ்வளவு பிரேக்குச் சிலிண்டரில் அதிகக் காற்றுப் புகும். பிரேக்கை நன்றாக அழுத்தும். ஆதலால் எஞ்சின் ஓட்டி, தன் மனம் போல், பிரேக்கை மெதுவாகவோ பலமாகவோ பிடிக்கும்படி செய்யமுடியும். பிரேக்கை நீக்க வேண்டுமானால், எஞ்சினில் உள்ள காற்றறையிலிருந்து காற்றை ரயில் குழாயில் விட வேண்டும். விட்டால், முன்போல் முச்செயல் வால்வு வேலை செய்து, சக்கரங்களை விட்டுப் பிரேக்குத் தடைகளை நீக்கிவிடும். கார்டும் பிரேக்கைப் போட முடியும்; ஆனால் போட்ட பிரேக்கை அவரால் நீக்க முடியாது; எஞ்சின் ஓட்டியால் மட்டுமே அங்குள்ள கருவிகளின் துணையால் நீக்க முடியும்.

தடை இல்லை; போகலாம்

நமது நாட்டில் முதன் முதலில் ரயில் ஓடத் தொடங்கிய நாளில் சில ரயில்களே ஓடிவந்தன. இப்பொழுதும் நாடு முழுவதும், நாள் முழுவதும், பல திசைகளிலும், பல ரயில்கள் வேகமாக ஓடிவருகின்றன. இவற்றுள் பலவற்றில், நிறைய மக்கள் ஏறிச் செல்கிறார்கள்; வேறு சிலவற்றில், பல வகையான பண்டங்கள் ஏற்றி அனுப்பப்படுகின்றன. முன்காலத்தில் மக்கள் ரயிலில் ஏறுவதற்கே அஞ்சினார்கள். இப்பொழுதும் ஆகாய விமானத்தில் ஏறுவதற்குப் பலர் அஞ்சுவதுபோல.பிறகு, ரயில்கள் அபாயமானவை அல்ல; எஞ்சின்- ஓட்டி, பாதுகாப்பாளர், முதலியவர்கள் எச்சரிக்கையாக ரயிலை ஓட்டி வருகிறார்கள்

என்பதை மக்கள் உணர்ந்தார்கள். இக்காலத்தில் சிறிதும் கவலை இன்றி, மக்கள் ரயிலில் பயணம் செய்கிறார்கள். வீட்டில் படுத்து உறங்குவது போல ரயிலிலும் உறங்குகிறார்கள். ஆயினும் இக்காலத்திலும் சிற்சிலபோது ரயில்களில் ஆபத்துகள் நேர்கின்றன. - 'ரயில் தடம் புரளுகிறது, பாலம் உடைகிறது. தண்டவாளம் அடித்துப் போகப்படுகிறது, ரயில்கள் ஒன்றோடொன்று மோதுகின்றன.' ஆனால் இவை எல்லாம் மிகமிக அரிதாகவே நிகழ்கின்றன. சாதாரண மாட்டு வண்டியிலும் கூட அச்சு முறிகிறது. அச்சாணி கழல்கிறது, வண்டி குடை சாய்கிறது. பட்டை கழன்று போகிறது, இல்லையா?

ஆனால் வண்டி பயணத்துக்கும் ரயில் பயணத்துக்கும் சில வேற்றுமைகள் உண்டு. வண்டி பயணம் மிகவும் மெதுவாக நிகழ்கிறது; வண்டியில் சிலரே செல்கின்றனர்; வண்டி பாதையில் வண்டிகள் விலகிப் போக இடம் உண்டு; வண்டியைப் பார்த்து ஓட்டலாம், சட்டென்று நிறுத்தலாம். ரயிலில் இதை ஒத்த சில ஏற்பாடுகள் செய்யப்பட்டிருக்கின்றன. சில இடங்களில் விலகிப் போக வழி அமைத்திருக்கிறார்கள்; சில இடங்களில் போக ஒன்றும் வர ஒன்றும் என்று இரட்டைப் பாதைகளை அமைத்திருக்கிறார்கள். ரயில் ஓட்டி முன்புறம் பார்த்தே ரயிலை ஓட்டிவருகிறார்; ரயில் பாதைக்கு இருபுறமும் பல இடங்களில் வேலி இடப்பட்டிருக்கிறது. இரவில் பாதை நன்றாகத் தெரிவதற்காக ரயில் எஞ்சினில் முன்புறத்தில் நன்றாக ஒளி வீசும் விளக்கு வைக்கப்பட்டிருக்கிறது. ரயிலுக்கு நல்ல பிரேக்குகள் அமைக்கப்பட்டிருக்கின்றன. இவற்றைத் தவிர வேறு சில ஏற்பாடுகளும், செய்யப்பட்டிருக்கின்றன. கைகாட்டி, கொடி காட்டுதல் முதலியவை அவற்றுள் சில. பகலில் பச்சைக் கொடியும், இரவில் பச்சை விளக்கும், ரயில் போகலாம் என்பதையும்; பகலில் சிவப்புக் கொடியும், இரவில் சிவப்பு விளக்கும், ரயில் போகலாகாது என்பதையும் குறிக்கின்றன.

சாவி கொடுத்தல்

ரயில் பாதை நீளமானது. ஒரு ரயில் நிலையத்திலிருந்து மற்றொரு ரயில் நிலையம் கண்ணுக்கு எட்டாத் தூரத்தில் இருக்கும்; ரயில் பாதையும் பல இடங்களில் வளைந்து செல்லும். ஒரே பாதையில் இரண்டு ரயில் நிலையங்களுக்கு இடையே அதே திசையாகவோ எதிர்த் திசையாகவோ, வேறு ஏதேனும் ரயில் ஓடுகிறதா என்று ரயில் ஓட்டி கண்ணால் பார்த்துத் தெரிந்து

கொள்வது சில வேளைகளில் இயலாது; எப்பொழுதுமே அது ஓர் ஆபத்தான நிலை. ஆதலால் முன்னால் எல்லாம் கால அட்ட வணையைப் பார்த்து, கணக்கிட்டு, ஒரு ரயில் நிலையத்துக்கும் மற்றொன்றுக்கும் இடையே வேறு ஏதாவது ரயில் ஓடுகிறதா என்று முடிவு செய்து, ரயிலை ஓட்டி வந்தார்கள். ரயில் கால அட்டவணையின்படி ஓடாமலோ, அல்லது ஏதாவது பழுதுற்றோ போனால், இந்த முடிவு பிசகாகிவிடும்; ஆபத்து நேரக்கூடும். ஆகவே, பின்பு, நிலையத்துக்கு நிலையம் தந்தியின் மூலமாகப் பேசி கேட்டுத் தெரிந்து, வேறு ரயில் ஒன்றும் வழியில் குறுக்கே இல்லையானால், ரயிலை விட்டு வந்தார்கள். இதிலும் சில வேளைகளில் தவறுகள் ஏற்பட்டன. தந்திப் பிழையாலோ, மக்களின் அசாக்கிரதையாலோ, செய்திகளைத் தவறாகப் புரிந்துகொள்ள இடம் இருந்தது. ஆகையால் ஒரு புதிய முறை-நூற்றுக்கு நூறு தவறாத நல்ல முறை-இப்போது கையாளப்பட்டு வருகிறது.

இதற்குச் 'சாவி முறை' என்று பெயர். இதைக் கண்டுபிடித்து, மேன்மேலும் திருத்தி அமைத்தவர் எட்வர்டு டையர் என்னும் ஓர் ஆங்கிலேயர். ஒரு நிலையத்தில் நிற்கும் ரயில், அங்கு விட்டு அடுத்த நிலையத்துக்குப் புறப்படுவதற்குமுன், அந்த இரண்டு நிலையங்களுக்கும் இடையே, அதே பாதையில், வேறு எந்த ரயிலும் இல்லை என்பதைத் தெரிந்துகொள்ள வேண்டும்; அந்த இரண்டு நிலையங்களிலும் உள்ள மேலதிகாரிகள் ஒருவருக்கொருவர் பேசித் தெரிந்துகொண்டு புறப்பட அனுமதி அளிக்க வேண்டும்; அதன் பின்பே ரயில் புறப்பட வேண்டும். என்னும் ஏற்பாட்டை அவர் அமைத்தார். அந்த அதிகாரிகள் இருவரும் இணங்கியதைக் காட்டும் அறிகுறியே 'சாவி' எனப்படுவது.

டையர் தமது இருபத்திரண்டாவது வயதில் 'தடைக் கருவி' என்னும் கருவி ஒன்றை அமைத்தார். அது மின்சாரத்தால் இயங்குவது. ரயில் நிற்கும் நிலையத்தில் உள்ள கருவியில் 'சாவி' செருகியிருக்கும். அந்நிலையத்திற்கு அடுத்த நிலையத்திலும் அவ்வகைக் கருவி ஒன்று இருக்கும். அதன் முள் 'வழி அடைத்திருக்கிறது' என்பதைக் காட்டி நிற்கும். இரண்டு நிலையங்களில் உள்ள மேலதிகாரிகளில் ஒருவர் மற்றவரைத் தந்தி அல்லது டெலிபோனின் மூலம் அழைப்பார். பாதையில் ரயிலோ வேறு தடையோ இல்லை என்பதைத் தெரிந்துகொள்வார். பிறகு இருவரும், ஒரே சமயத்தில், தங்கள் கருவிகளைப் 'பாதையில்

தடை இல்லை' என்று காட்ட செய்வார்கள். அப்படிச் செய்தால் மட்டுமே ரயில் நிற்கும் நிலையத்தில் உள்ள கருவியில் செருகியிருக்கும். 'சாவியை' வெளியே எடுக்க முடியும். அவர் அதை எடுத்து, எஞ்சின்- ஓட்டியிடம் கொடுத்த பின்புதான், எஞ்சின்- ஓட்டி ரயிலை அங்கு விட்டு ஓட்டிச் செல்லலாம். ரயில் அடுத்த நிலையத்துக்குப் போய்ச் சேரும் வரை அந்தக் கருவி 'பாதையில் ரயில் ஓடுகிறது' என்று சுட்டிக் காட்டி நிற்கும். ரயில் அடுத்த நிலையத்தை அடைந்ததும், எஞ்சின்- ஓட்டி சாவியை அந் நிலைய அதிகாரியிடம் கொடுத்துவிடுவார். பிறகு, இரண்டு நிலைய அதிகாரிகளுமாகத் தங்கள் கருவிகளை ஒரே சமயத்தில் இயக்குவார்கள். கருவி 'வழி அடைத்திருக்கிறது' என்ற பழைய நிலைக்கு மீண்டும் வந்துவிடும்.

ரயில் நிற்கும் நிலையங்களில் நிலைய-அதிகாரியிடமிருந்து எஞ்சின்-ஓட்டி 'சாவியை' எளிதாகப் பெறமுடியும். சிறிய நிலையங்களில் ரயில் நிற்காமல் போகிறது, அல்லவா? அங்கே எப்படிச் சாவியைக் கொடுப்பது? அங்கிருந்து எப்படிச் சாவியை வாங்குவது?

அப்படிப்பட்ட சிறிய நிலையங்களில், ஒரு குறித்த இடத்தில் ஒரு வேலையாள் பிரம்பு வளையம் ஒன்றைக் கையில் ஏந்திக் கொண்டு, கையை உயர்த்தி, ரயில் பாதையின் அருகே நிற்பான். அவ் வளையத்தில் உள்ள பை ஒன்றில், 'சாவியைக்' கோத்து மாட்டியிருக்கும். ரயில் ஓடும்போதே எஞ்சின் ஓட்டி வலப்புற மாக நின்றுகொண்டு அந்த வேலையாள் நீட்டும் வளையத்தின் உள்ளே தமது கையை நுழைத்து, அதைப் பிடித்துக் கொள்வார். உடனே வேலையாள் தமது கையை விட்டு விடுவான். பிறகு எஞ்சின்-ஓட்டி அதில் உள்ள சாவியை எடுத்துக்கொள்வார். வளையத்தை அவர் பிடிக்க தவறினால், ரயில் உடனே நிறுத்தப்படும்; சாவி கைக்கு வந்தபின்பே ரயில் புறப்படும். சாவி கொடுக்கப்படாவிட்டால், ரயில் புறப்படும் நிலையத்தில் உள்ள வெளி கை காட்டி இறங்காது. போய்ச் சேரும் நிலையத்தில் உள்ள கை காட்டியும் இறங்காது.

முந்திய நிலையத்தில் வாங்கிய சாவியை அந்தச் சிறிய நிலையத்தில் கொடுப்பது பொதுவாகக் கரியூட்டியின் வேலை.

அவர் அச் சாவியைப் பிரம்பு வளையத்தில் உள்ள பையில் கோத்து மாட்டி வைத்திருப்பார். அங்கே வந்ததும் ரயில் பாதையின் அருகில் அதை ஏற்பதற்கு என்று அமைத்திருக்கும் வலை போன்ற கருவியில் போடுவார். சில இடங்களில் வளையத்தைக் கீழே மட்டமாகப் போட்டு விடுவதும் உண்டு.

இரவில் இந்த வேலையாள் தான் நிற்கும் இடத்தைக் காட்ட ஒரு கையில் தீப்பந்தத்தை வைத்துக்கொண்டு, மறு கையால் வளையத்தை உயர்த்தி, அதை எஞ்சின் ஓட்டியினிடம் கொடுப்பதை நாம் பலரும் பார்த்திருக்கிறோம்.

ரயிலும் நமது நாடும்

பல நாடுகளில்

இங்கிலாந்தில் முதன் முதலாக, 1825-இல் ரயில் வண்டி ஏற்பாடு தொடங்கிற்று என்று பார்த்தோம். பிரான்சில் 1829-லும், அமெரிக்காவில் 1830-லும், ஜெர்மனியில் 1835-லும், ரஷ்யாவில் 1835லும் உலாந்திலும் இத்தாலியிலும் 1839-லும், ஸ்பெயினில் 1848-லும் ரயில் வண்டிகள் ஓடத் தொடங்கின. ரயில் துறையில் முன்னேறியிருந்த இங்கிலாந்து நாட்டினர் நமது நாட்டில் அப்போது ஆட்சி புரிந்து வந்த படியால், அம்முயற்சி இங்கும் தொடங்கப்பட்டது.

நமது நாட்டில்

பம்பாயில் தலைமை எஞ்சினியராக இருந்த கிளார்க்கு என்பவர் இந்த முயற்சிக்கு 1843-இல் அடிகோலினார். அடுத்த ஆண்டில் பிரதம நீதிபதி ஸர் எர்ஸ்கின் பெர்ரி என்பவரின் தலைமையில், அந்த நகரிலுள்ள பெருமக்கள் ஒரு கூட்டம்

கூடினார்கள். 'கிளார்க்கு கூறிய ஆலோசனை சரியா? நமது நாட்டில் ரயில் வண்டி திட்டத்தை அமைப்பது நல்லதுதானா?' என்பது அக்கூட்டத்தில் விவாதித்து ஒப்புக் கொள்ளப்பட்டது. தொடங்கப்படவேண்டிய ரயில் திட்டத்தைப் பற்றிய முன் விளம்பரமும் அடுத்து வெளியிடப்பட்டது. அதற்கென்று அமைத்த கம்பெனியின் இயக்குநர்களில் ஜார்ஜ் ஸ்டீபன்ஸனும் ஒருவர்; நமது நாட்டினராகிய ஸர் ஜாம்ஷெட்ஜீ ஜீஜீபாயும் ஒருவர். ஜார்ஜ் ஸ்டீபன்ஸனின் மகனான ராபெர்ட் ஸ்டீபன்ஸன் அந்தக் கம்பெனியின் எஞ்சினியரிங் துறை அமைச்சராக நியமிக்கப்பட்டார். பணம் திரட்டுவதற்கு வேண்டிய ஏற்பாடுகள் செய்யப்பட்டன. 1850-ஆம் ஆண்டு முதல் ஓராண்டுக் காலம் ரயில் பாதை செல்லுவதற்கு உரிய வழி முதலியவற்றை வகுப்பதிலும், அதை ஒட்டிய காரியங்களிலும், செலவழிந்தது. அந்த ஆண்டிலேயே பாதையைப் போடுவதற்கான மண்வெட்டு விழா மிகப் பெரியதாகக் கொண்டாடப்பட்டது. அடுத்த ஆண்டில் ரயில் பாதை போடும் வேலை தொடங்கப்பட்டது. பதினாயிரம் ஆட்கள் போல் அந்த வேலையில் ஈடுபட்டார்கள்.

கண் கொள்ளாக் காட்சி

இதற்கிடையில், இங்கிலாந்திலிருந்து ரயில் எஞ்சின், வண்டிகள், தண்டவாளங்கள், முதலியவை வந்து சேர்ந்தன. அப்படி வந்த எஞ்சின் ஒன்று முதன் முதலாக 1852-ஆம் ஆண்டு பிப்ரவரி மாதம் 15-ஆம் தேதியன்று வண்டிகளை இழுத்தும் தள்ளியும் இணைத்து வந்த ஆச்சர்யத்தை பம்பாய் நகர மக்கள் கண் கொட்டாமல் பார்த்து மகிழ்ந்தார்கள். நாள்தோறும் அங்கு திருவிழாக் கூட்டம்போல் கூடி, ஆண், பெண், சிறுவர், சிறுமியர், அடங்கலும் அதைக் கண்டு களித்தார்கள்.

முதல் ரயில்

இவ்வாறு எல்லாம் நடந்துகொண்டிருக்கும்பொழுதே பம்பாய்க்கும் தானாவுக்கும் இடையே உள்ள 21 மைல் தூரமும் ரயில் பாதை போட்டு முடிக்கப்பட்டது. அதைச் சோதிப்பதற்காக 1852-ஆம் ஆண்டு நவம்பர் மாதம் 18-ஆம் தேதியன்று

(ஜார்ஜ்) கிளார்க்-(George) Clark. ஸர் எர்ஸ்கின் பெர்ரி-Sir Erskine Perry. ஜார்ஜ் ஸ்டீபன்ஸன்-George Stephenson. ஸர் ஜாம்ஷெட்ஜீ ஜீஜீபாய்-Sir Jamshedjee Jeejeebhoy. ராபெர்ட் ஸ்டீபன்ஸன்-Robert Stephenson. தானா- Thana.

கம்பெனியின் இயக்குநர் குழுவினரும், அவர்களின் நண்பர்களுமாக, பம்பாயிலிருந்து புறப்பட்டு ஏறிச் சென்ற ரயில் தானாவை 45 நிமிஷங்களில் அடைந்தது. தானாவின் அருகே உள்ள குர்லா மலைக் குகையில் அந்தப் பிரயாணிகள் அனைவரும் காலை உண்டி அருந்தினார்கள். இந்தியாவில் முதன் முதலாகக் குடையப்பட்ட ரயில் பாதை மலைக் குகை இதுவே.

வெள்ளோட்ட விழா

வெள்ளோட்ட விழா 1853-ஆம் ஆண்டு ஏப்ரல் மாதம் 16-ஆம் தேதியன்று கொண்டாடப்பட்டது. அன்று மாலை மூன்றரை மணிக்கு 400 விருந்தினர்களை ஏற்றிய 14 ரயில் வண்டிகள் போரி பந்தரிலிருந்து புறப்பட்டன. பெரும் திரளாகக் கூடிய மக்கள் மகிழ்ச்சியோடு ஆரவாரம் செய்தார்கள். பேரரசர்க்கு செலுத்துவதுபோல், 21 பீரங்கி குண்டுகள் அந்த ரயிலுக்கு மரியாதை செலுத்தின. நாலே முக்கால் மணிக்குத்

படம் 87.

நமது நாட்டில் ஓடிய முதல் ரயில்

தானாவுக்கு அந்த ரயில் வந்து சேர்ந்தது. அங்கே பெரிய விருந்து நடந்தது. பல வாழ்த்துரைகள் கூறப்பட்டன. மறுநாள் மாலை 7 மணிக்கு விருந்தினர்கள் அனைவரையும் ஏற்றிக்கொண்டு, அந்த ரயில் பம்பாயை மீண்டும் வந்து அடைந்தது. அதற்கு மறுநாள், ஜீஜீபாயின் குடும்பத்தினர், அந்த ரயில் முழுவதையும் தமக்கே வாடகைக்கு அமர்த்திக்கொண்டு, பம்பாயிலிருந்து புறப்பட்டு தானாவுக்குச் சென்று மீண்டனர்.

அதன் பின்பு

பின்பு, இந்தியாவின் பல பகுதிகளிலும் ரயில் பாதைகள் போடப்பட்டன. ரயில் வண்டி தொடர்கள் எங்கும் ஓடத்

தொடங்கின. வங்காளப் பகுதியிலே ஹௌராவிலிருந்து 24 மைலுக்கு அப்பாலுள்ள ஹூக்ளி வரை போடப்பட்ட பாதையில், ஆட்களை ஏற்றிய வண்டி தொடர், முதன் முதலில், 1854-ஆம் ஆண்டு ஆகஸ்டு மாதம் 15-ஆம் தேதியன்று ஓடிற்று. அன்று ஒரே கூட்டமும் பரபரப்பும். சில நூற்றுவரே ஏறக்கூடிய வண்டிகளில் 3,000 பேர்கள் ஏற விரும்பினார்கள். அத்தனை பேரும் ஏற முடியவில்லை. ஏறியவர்களைத் தவிர மற்றவர்கள் ஆரவாரம் செய்து, ஏறியவர்களுக்கும் அவர்கள் ஏறிய ரயிலுக்கும் வாழ்த்துக் கூறினார்கள். 24 மைல் தூரம் கடந்து செல்ல அந்த ரயிலுக்கு ஒன்றரை மணி நேரம் ஆயிற்று. அந்த ரயில் தொடரில் மூன்று முதல் வகுப்பு வண்டிகளும், இரண்டு இரண்டாம் வகுப்பு வண்டிகளும், மூன்று மூன்றாம் வகுப்பு டிரக்குகளும், கார்டு ஏறிவரும் வண்டியும் இணைக்கப்பட்டிருந்தன. அவை எல்லாம் நமது நாட்டிலேயே செய்யப்பட்டவை. அதிகார முறையில் அந்தப் பாதையின் திறப்பு விழா 1855-ஆம் ஆண்டு பிப்ரவரி மாதம் 3-ஆம் தேதியன்று கொண்டாடப்பட்டது.

தென் நாட்டில்

தென் நாட்டில் முதன் முதலாக ரயில் வண்டி ஓடியது 1856-ஆம் ஆண்டு ஜூலை மாதம் 1-ஆம் தேதியன்று. அது ஓடிய இடம் வியாசர்பாடிக்கு வாலாஜாப் பாதைக்கும் இடையே உள்ள 63 மைல் தூரம்.

இதன் பின்பு, நாட்டின் பற்பல பகுதிகளிலும், படிப்படியாக, இரயில் பாதைகள் போடப்பட்டன. நமது நாடு பலவகையான நில அமைப்புகளை உடையது. ஓங்கி உயர்ந்த மலைகளும், தாழ்ந்த பள்ளத்தாக்குகளும், பரந்த சமவெளிகளும், அகன்ற ஆறுகளும், திடீரென்று வெள்ளப் பெருக்கு எடுக்கும் காட்டோடைகளும், காடுகளும், சோலைகளும், மணற்பாங்கான பாலைவனங்களும் கடற்கரைகளும், அதில் அடங்கியிருக்கின்றன. அதனால் ரயில் பாதை போடும் முயற்சி, பல காலும், அரிய முயற்சியாகவே காணப்பட்டது. ஆனால் கருத்தோடு பாடுபடும் மக்களுக்கு எந்த முயற்சியும் அரியது அன்று. ஆதலால், இக் காலத்தில் நமது நாட்டில் எங்கும் ரயில் பாதைகள் நூலிழைகளைப் போல் பின்னிக் காணப்படுகின்றன. ஆயினும், நமது

போரி பந்தர்-Bori Bunder.

ஹௌரா-Howrah. ஹூக்ளி-Hooghly. டிரக்கு-truck. வியாசர்பாடி-Vyasarpadi. வாலாஜா பாதை-Walajah Road.

நாட்டின் பரப்பையும், மக்களின் தொகையையும், நாட்டில் பெறப்பட்டும் இயற்றப்பட்டும் வரும் பலவகைப் பொருள் களையும், காணும்போது, இத்தனை பாதைகளும் போதா என்பது தெளிவாகத் தெரிகிறது. ஆகவே, மேன்மேலும் ரயில் பாதை களைப் போடவும், அவற்றுக்குத் துணையாக அரசபாட்டை களை அமைக்கவும், கால்வாய்களை வெட்டவும் திருத்தவும், அறிஞர்கள் திட்டமிட்டு முயன்று வருகிறார்கள்.

ஐயங்களும் தடைகளும்

செல்வம் மிகுந்து, தொழிலில் சிறந்திருந்த இங்கிலாந்து நாட்டிலும், முதன் முதலாக, ரயில் முயற்சி தொடங்கப்பட்ட பொழுது எத்தனை வகையான தடைகள் கூறப்பட்டன என்று பார்த்தோம். ஆதலால், அத்துணை செல்வம் இல்லாததாயும், தொழில் துறையிலும் வாணிபத் துறையிலும் அவ்வளவு முன்னேற்றம் அடையாததாயும், ரயில் பாதைக்குப் பலவகையான இயற்கை இடையூறுகளை அளிப்பதாயும், உள்ள நமது நாட்டில் ரயில் முயற்சிக்குத் தொடக்கத்தில் பலவகையான தடைகள் கூறப்பட்டன என்பதில் நாம் வியப்படைய வேண்டியதில்லை. இக்காலத்தில் ஆகாய விமானத்தில் பயணம் செய்வது எவ்வளவு அபாயமானது என்று சிலர் நினைக்கிறார்களோ அதைப் போலவே அக் காலத்தில் புதுமையாயிருந்த ரயிலில் பிரயாணம் செய்வது அபாயமானது என்று பலர் நினைத்தனர். 'ரயிலில் நமது மக்கள் ஒருவரும் துணிந்து ஏற மாட்டார்கள்' 'கட்டை வண்டிகளில் ஏறிச் செல்லும் ஏழைகள் இத்தனை சொகுசுள்ள வண்டியைக் கண்டு அஞ்சுவார்கள்', 'அதில் ஏறுவதற்குத் தேவையான கட்டணத்துக்கு அவர்களிடம் ஏது பணம்?' 'வேகமாகச் சென்றால் அவர்களுக்கு மூச்சு நின்று விடாதா?' என்றெல்லாம் பாமரர்கள் தடை சொன்னார்கள். 'வாய்க்கால் களை வெட்டுவோம், அரச பாட்டைகளை அமைப்போம், ஆனால் ஒருநாளும் ரயில் பாதைகளைப் போட்டுப் பணத்தை வீணாக்கமாட்டோம்' என்று சில பொருளாதார நிபுணர்கள் அழுத்தமாகக் கூறினார்கள். மேலும், அரசியல்வாதிகளும், அரசாங்க நிர்வாகிகளும், இந்தப் புதிய முயற்சியைக் கண்டு ஐயப்பட்டார்கள். ஆனால், நல்ல வேளையாக, நமது நாட்டில் ரயில் ஏற்பாடு நிலைத்துவிட்டது. அது நிலைத்திராவிட்டால், நாம் இந்நாளில் இன்னும் எத்தனை துறைகளில் பின் வாங்கியிருப்போம் என்று நினைக்கும்போதே மனம் கூசுகிறது.

முன்னேற்றம்

முதலில் தயங்கித் தயங்கித் தொடங்கிய முயற்சி முன்னேறி வரும்போது, 1857-இல் நாடெங்கும் பெருங்குழப்பமும்

கலகங்களும் ஏற்பட்டன. அமைதி குலைந்து, அபாயம் நிரம்பிய அக் காலத்தில், ரயில் பாதையைப் போடும் முயற்சியும் தடைப்பட்டது. அச் சீர்கெட்ட நிலை மறைந்ததும், ரயில் முயற்சியும் மீண்டும் புத்துயிர் பெற்றது. 1864-இல் கல்கத்தாவும் டில்லியும் ரயில் பாதையால் இணைக்கப்பட்டன. 1870-இல் பம்பாயும் கல்கத்தாவும், பிறகு இந்தியாவின் பல முக்கிய நகரங்களும், இவ்வாறு இணைக்கப்பட்டன. நாடெங்கும், குறுக்கும் நெடுக்குமாக, ரயில் பாதைகள் போடப்பட்டன. 1853-இல் தொடங்கிய இந்த முயற்சியின் நூற்றாண்டு விழா 1953-இல் கொண்டாடப்பட்டது.

இன்று நமது நாட்டில் நாள்தோறும் பிரயாணி வண்டி தொடர்களும் சாமான் வண்டி தொடர்களுமாக 7000 ரயில்கள் ஓடுகின்றன. அவை நாள்தோறும் ஓடும் தூரம் 5,60,000 மைல், அதாவது, பூமியைச் சுற்றி 25 தடவை ஓடுவதற்கு ஈடான தூரம்.

நிர்வாகம்

தொடக்கத்தில், நமது நாட்டில் கம்பெனிகளால் நிர்வாகம் நடத்தப்பட்டு வந்தது. அவற்றிற்கு வேண்டிய நில வசதிகளும், வட்டி வாக்குறுதியும், மற்றும் பல சலுகைகளும், ஆட்சியினரால் அளிக்கப்பட்டு வந்தன. பின்பு, கம்பெனிகளே ரயில் ஏற்பாட்டுக்கு உரிமையாளர்களாகவும், நிர்வாகிகளாகவும் சற்றே நெடுங்காலம் இருந்து வந்தார்கள். பின்பு, சில இடங்களில் ரயில் ஏற்பாடு அரசாங்கத்துக்கு உரியதாயும், நிர்வாகம் கம்பெனிகளைச் சேர்ந்ததாயும், இருந்தது. இதனால் வீண் செலவுகள், சிக்கன குறைவு, அலுவலாளர்களை நியமிப்பதில் பாரபட்சம், முதலிய குறைபாடுகள் காணப்பட்டன. ஆதலால், அரசாங்கம், சிறிது சிறிதாக, இந்தத் துறையில் இறங்கத் தொடங்கிற்று, நாட்டுக்கும் நாட்டினருக்கும் ஏற்ற நல்ல முறையில் புதிய ஒப்பந்தங்களைக் கம்பெனிகளோடு செய்துகொள்ளத் தொடங்கிற்று. சில இடங்களில் உரிமை, நிர்வாகம் என்னும் இரண்டையுமே அரசாங்கம் மேற்கொண்டது. இவை இரண்டும் நமது நாட்டைச் சேர்ந்தவையாயும், மேலதிகாரம் பிரிட்டிஷ் பார்லிமெண்டைச் சேர்ந்ததாயும், சில காலம் இருந்தது. இக்காலத்தில் முன்னிரண்டும் நாட்டைச் சேர்ந்தவை. அவை நாட்டின் உடைமைகள், நாடு முழுவதுமே நாட்டு மக்களின் ஆட்சிக்குக் கீழ்ப்பட்டது என்னும் நிலை ஏற்பட்டுவிட்டது.

நிர்வாகப் பிரிவுகள்

ஆதலால், நாட்டு மக்களின் பிரதிநிதியாக உள்ள அரசாங்கம் ரயில் துறையின் நிர்வாகப் பொறுப்பை முற்றும் ஏற்றுக் கொண்டது. நமது நாடு வடக்கு, வடகிழக்கு, கிழக்கு, தெற்கு, நடு, மேற்கு என்னும் ஆறு முக்கிய நிர்வாகப் பகுதிகளாகப் பிரிக்கப்பட்டது. இப்படிச் செய்ததால் நிர்வாகம், ரயில் இணைப்பு, பண்டப் போக்குவரவு ஆகியவற்றை எல்லாம் எளிதாகவும் சிக்கன மாகவும் நடத்திவர முடிகிறது. பயண வசதிகளையும் நன்கு அளிக்க முடிகிறது.

காட்சிக்கு இனிய நாடு

நமது நாடு மிகப் பரந்தது; நெடுந்தூரங்களை உடையது. ஆறு, மலை, கடல், காடு முதலிய பற்பல வகையான இயற்கைக் காட்சிகள் நிரம்பியது. வானை கீறிப் பனிமுடி சூடி நிற்கும் இமயமலை முதல் முக்கடல்கள் அலைமோதும் கன்னியாகுமரி முனை வரை விரிந்து கிடக்கும் நமது நாட்டில் செயற்கையாக அமைக்கப்பட்டு விளங்கும் கோட்டைகளும், பல மதக் கோயில்களும், கோபுரங்களும், மாடங்களும், மாளிகைகளும், கல்லில் செதுக்கிய சிற்பங்களும், வண்ண ஓவியங்களும், புதைந்த நகரங்களும், பார்க்கப் பார்க்கப் புதுமையாக உள்ளவை. மிகப் பழைய காலம் தொட்டே பற்பல நாட்டு மக்கள், பற்பல நோக்கங்களோடு, நமது நாட்டுக்கு வந்திருக்கிறார்கள்; இன்னும் வந்து கொண்டும் இருக்கிறார்கள். அவர்கள் நமது நாட்டின் பல பகுதிகளையும் காண விரும்புகிறார்கள். அதுபோலவே நமது நாட்டினரும் பற்பல பகுதிகளில் உள்ள அழகுகளையும், மக்களையும், திருப்பதிகளையும், தெய்வங்களையும், விழாக் களையும், காண ஆசைப்படுகிறார்கள். இவர்களுக்கு எல்லாம் ரயில் பேருதவியாக இருக்கிறது. இப்படிப்பட்ட பயணம் செய்பவர்களுக்கு வேண்டிய வசதிகளை உடைய தனி ரயில் வண்டிகள் கட்டப்பட்டிருக்கின்றன. அவர்களுக்கு எல்லாம் மேன்மேலும் பல வசதிகளை அளித்து வருகிறார்கள். இவற்றால் நாட்டு மக்கள் பலரும் நமது நாட்டின் சிறப்பை அறிந்து கொள்வார்கள். நாடு முழுதும் ஒன்றே என்று காணுவார்கள். அயல் நாட்டு மக்களும் மனித இனத்தின் ஒருமைப்பாட்டை உணர இதுவும் ஒரு சிறந்த வழி ஆகும்.

☆

கம்பெனி-Company (வாணிபச் சங்கம்). பிரிட்டிஷ் பார்லிமெண்டு-British Parliament.

வருங்காலம்

இதுவரை நீராவியின் வரலாற்றைப் பார்த்தோம். பண்டைக் காலம் முதல் தொடங்கி, அது எஞ்சின் துறையிலும், பின்னர் ரயில்-எஞ்சின் துறையிலும் புகுந்ததையும், ரயில் என்னும் அற்புத ஏற்பாட்டுக்கு அது அடிப்படையாக இருந்து, நாடுகளையும் கண்டங்களையும் இணைத்ததையும், மக்களி னத்துக்குப் பற்பல நன்மைகளைச் செய்து வருவ தையும், குறிப்பிட்டோம். அந்தத் துறை இன்று நமது நாட்டில் உள்ள நிலையையும் ஓரளவு கவனித்தோம். இனி, ரயில்- எஞ்சினின் எதிர்கால நிலையைச் சற்றே பார்ப்போம். எதிர்கால நிலையைப் பற்றி எண்ணிச் சிந்திப்பதே மனிதனுக்கும் மீன் விலங்கு பறவை களுக்கும் உள்ள முக்கிய வேற்றுமை களுள் ஒன்று, அல்லவா?

அறிகுறிகள்

வருங்காலத்தின் அறிகுறிகள் பிறநாடுகளில் நன்றாகக் காணப்படுகின்றன. நமது நாட்டிலும் அவற்றை

ஒரு சிறிது காணலாம். உண்மையில், நீராவியால் இயங்கும் ரயில் எஞ்சினின் காலம் நெருங்கிவிட்டது என்று அறிஞர்கள் கூறுகிறார்கள். ஊன்றிப் பார்க்கும்போது; நிலக்கரியை எரித்து வெப்பத்தை இயற்றி, அந்த வெப்பத்தால் நீரைக் கொதிக்க வைத்து, நீராவியை இயற்றி, இதை மிகுவெப்பம் உடையதாக்கி, அதைக் கொண்டு சிலிண்டர், பிஸ்டன், நெம்புகோல், கிராங்கு முதலிய பற்பல இயந்திரப் பகுதிகளை இயங்கச் செய்து, சக்கரங்களைச் சுழலச் செய்யும் முயற்சி பயன் உடையதாக இருந்தபோதிலும், எத்தனையோ படிகளில் அது சக்தியை இழக்க நேரிடுகிறது. ஆதலால், இதைக் காட்டிலும் சிறந்த வழிகளை அறிஞர்கள் தேடினார்கள். ஓரளவு வெற்றி பெற்றிருக்கிறார்கள்.

டீசல் எஞ்சின்

அப்படிப்பட்ட வெற்றிகளில் டீசல் எண்ணெயை எரிக்கும் ஊர்தி எஞ்சின் ஒன்று. இவ்வகை எஞ்சினில் நிலக்கரிக்குப் பதிலாக டீசல் எண்ணெய் எரிபொருளாகப் பயன்படுகிறது. நீராவியை இயற்றத் தேவை இல்லை. ஒரு டன் நிலக்கரி 50 மைலுக்கே போதுமானது என்று இருக்குமானால், ஒரு டன் எண்ணெய் 250 மைலுக்குப் போதுமானதாக இருக்கும். மேலும் இந்த எஞ்சினில் தண்ணீர் அவ்வளவு தேவையில்லை. எண்ணெய் எளிதாகக் கிடைக்கும் நாடுகளிலும், தண்ணீரும் நிலக்கரியும் அரிதாகக் கிடைக்கும் நாடுகளிலும், இது மிகவும் பயனுள்ளதாக இருக்கிறது. உதாரணமாக, சகாராப் பாலைவனத்தில் டீசல் எஞ்சினே சிறந்தது. எண்ணெயும் நிலக்கரியும் நமது நாட்டில் கிடைக்கின்றன. எண்ணெய் கிடைக்கும் பகுதிகளில் டீசல் எஞ்சினும், நிலக்கரி கிடைக்கும் பகுதிகளில் நீராவி எஞ்சினும், அதிகப் பயன் உள்ளவையாக இருக்கும்.

டீசல் மின்சார எஞ்சின்

சாதாரண டீசல் எஞ்சின் பெரிய மோட்டார் கார் வேலை செய்வதைப் போல் செய்கிறது. இதைக் காட்டிலும் சிறந்த முறை ஒன்றை எஞ்சினியர்கள் கண்டுபிடித்திருக்கிறார்கள். அதுதான் டீசல்-மின்சார-எஞ்சின் என்பது. அது டீசல் எண்ணெயை எரித்து, டைனமோவைச் சுழலச் செய்து, மின்சாரத்தை இயற்றுகிறது. மின்சாரம் மோட்டார்களைச் சுழலச் செய்து, எஞ்சினை ஓட்டுகிறது.

டீசல்-Diesel. சகாரா-Sahara. டீசல் மின்சார எஞ்சின்-Diesel electric engine. டைனமோ-dynamo. மோட்டார்-motor.

பல எஞ்சின் வண்டிகள்

ஒற்றை எஞ்சினால் இழுக்க முடியாத வண்டி தொடரை இழுப்பதற்கு இரண்டு எஞ்சின்களைப் பூட்டுவது வழக்கமாக இருந்து வந்தது. அய்யலூர் மேடு ஏறுவதற்கு இப்படி இரண்டு எஞ்சின்களை உபயோகித்தார்கள். பிறகு மிகவும் ஆற்றல் உள்ள எஞ்சின்கள் கட்டப்பட்டபடியால், இந்த ஏற்பாடு நிறுத்தப்பட்டது. இப்பொழுது ஐரோப்பாவில் டீசல் எஞ்சின்கள் உள்ள வண்டி தொடர்களைக் காணலாம். இவை மணிக்கு 100 மைலைக் காட்டிலும் மேற்பட்ட வேகத்தில் ஓடுகின்றன. ஜெர்மனியிலும், பிரான்சிலும், இவ்வகை எக்ஸ்பிரஸ் வண்டிகள் நாள்தோறும் பல ஓடுகின்றன.

ஆனால் டீசல் எஞ்சினைக் கட்டுவதற்கு நீராவி எஞ்சினைப் போல் இரு மடங்கு செலவாகிறது. ஆதலால் செலவுக்குத் தகுந்த வேலை வாங்கக்கூடிய இடங்களில்தான் இத்தகைய விலை மிகுந்த எஞ்சின்கள் முழுப் பயனையும் அளிக்கும்.

சில திருத்தங்கள்

ரயில்வண்டி ஓடும்போது பேரோசை கேட்கிறது. அதிர்ச்சியும் அசைவும் ஆட்டமும் இருக்கின்றன. இவற்றை எல்லாம் குறைக்க பலவகையான ஏற்பாடுகள் செய்யப்பட்டு வருகின்றன. ரயில் வண்டி முழுவதையும் ஒன்றாகப் பற்ற வைத்தது போல் செய்வதால், வண்டியின் பகுதிகள் கடகட என்று ஓசைப்படுத்து வதில்லை. நல்ல விற்களை வண்டியின் அடியில் பொருத்துவதால், ஆட்டம் குறைகிறது. சில இடங்களில் தண்டவாளங்களை ஒன்றாகப் பற்றவைத்து, இடைவெளிகளால் உண்டாகும் ஓசையைக் குறைக்கிறார்கள்.

ரப்பர் டயர்

ரப்பர் டயர் போட்ட வண்டிகள் ஓடும்போது ஓசைப்படுத்து வதில்லை; அவற்றில் அதிர்ச்சியும் குறைவு. ஆதலால், பிரான்சு நாட்டில் சிற்சில ரயில்களுக்கு ரப்பர் டயர் போட்டிருக்கிறார்கள். ரப்பர் எஃகைப் போல் வழுக்காது. ஆதலால் இவ்வகை வண்டிகள் ஓடத் தொடங்கியதும் விரைவில் அதிவேகமாக ஓடக்கூடும். மிக விரைவில் இவற்றை நிறுத்தவும் கூடும். ஆனால், இந்தப் பிடிப்பே காரணமாக, அவற்றை ஓட்டுவதற்கு அதிக சக்தி வேண்டும்.

அய்யலூர் மேடு-Ayyalur ghat. எக்ஸ்பிரஸ்-express. ரப்பர் டயர்-rubber tyre.

காற்றொழுக்கு முறை

ஓடும் ரயில் காற்றில் மோதி, அதனால் தடைப்படுகிறது. இத்தகைய தடையைக் குறைக்கும் பொருட்டு, எஞ்சினும் வண்டி தொடரும் 'காற்றொழுக்கு முறையில்' அமைக்கப்பட்டிருக்கின்றன. இப்படிப்பட்ட தொடரின்மீது மோதும் காற்று அதிகம் குறுக்கிட்டு தடை செய்யாமல் வழுக்கி ஓடிவிடுகிறது. இப்படிப்பட்ட முறை 'பந்தய' மோட்டார்களிலும், ஓரளவு சாதாரண மோட்டார்களிலும், கையாளப்பட்டிருப்பதை நேரிலும் படங்களிலும் பார்க்கலாம்.

வேறு வகை எஞ்சின்கள்

சுழல்-சக்கர முறை பார்ஸன்ஸ் என்பவரால் சீர்திருத்தி அமைக்கப்பட்டது. ஆனால் அது அதிகமாக நடைமுறையில் கையாளப்படவில்லை. பிறகு, நீர்வீழ்ச்சியால் மின்சாரத்தை இயற்றுவதற்கு அந்த முறை பயன்படத் தொடங்கிற்று. இப்பொழுது வாயுச் சுழல்-சக்கர எஞ்சின்கள் கட்டப்பட்டு வருகின்றன. கப்பல்களிலும் அம் முறை பயனுள்ளதாகக் காணப்பட்டது. ஜெட் விமானங்களில் இத்தகைய சுழல் சக்கர எஞ்சின்கள் இருக்கின்றன. ரயில் அறையிலும் இவை இருபது ஆண்டுகளுக்கு முன்பே இரண்டொரு நாடுகளில் கையாளப்படத் தொடங்கின. எண்ணெயும் உயர் ரக நிலக்கரியும் இல்லாத நமது தென் நாட்டில் இவ்வகை எஞ்சின்கள்; நெய்வேலியில் உள்ள பழுப்பு நிலக்கரியைப் பயன்படுத்தி தொழில்புரிய முடியும்.

அணுச் சக்தி எஞ்சின்

அணுவில் அளப்பதற்கு அரிய சக்தி அடங்கியிருக்கிறது. இந்தச் சக்தியை இக் காலத்தில் பலவகையான நல்ல காரியங்களுக்குப் பயன்படுத்தி வருகிறார்கள். இன்னும் பல காரியங்களில் அதை உபயோகிக்க முயல்கிறார்கள். அணுச் சக்தியால் இயங்கும் நீர்மூழ்கிக் கப்பல்கள் கட்டப்பட்டு நன்கு ஓடிவருகின்றன. அந்தச் சக்தியால் இயங்கும் ஆகாய விமானங்களும் ஊர்தி எஞ்சின்களும் சில வகைகளில் மிகப் பயனுள்ளவையாக இருக்கும் என்று விஞ்ஞானிகள் கூறுகிறார்கள். நிலக்கரி, எண்ணெய், தண்ணீர் ஆகியவை அதிகம் கிடைக்காத இடங்களில் அணுச் சக்தி மிகவும் பயன்படும்.

இன்னும் வேகம்

நமது நாடு மிகவும் விரிந்த நாடு, நெடுந்தூரங்களை உடையது. ஆகவே அதன் ஒரு பகுதியிலிருந்து மற்றெந்தப்

காற்றொழுக்கு-streamline. சுழல்-சக்கர-turbine. பார்ஸன்ஸ்-Parsons. ஜெட் விமானங்கள்-Jet Planes.

பகுதியையும் விரைவில் நில வழியாகச் சென்று அடைய வேண்டுமானால், ரயில் இன்னும் விரைவாக ஓடியாக வேண்டும். டில்லி, கல்கத்தா, மதராஸ், பம்பாய், முதலிய தலைநகர்களை இணைக்கும் ரயில்கள் மிக விரைவாக ஓடுவது இன்றியமையாதது. ஐரோப்பிய, அமெரிக்க, நாடுகளில் முக்கியமான ரயில் பாதைகளில் ஓடும் ரயில்கள், சராசரி, மணிக்கு 75 மைல் வீதம் ஓடுகின்றன. அதிவிரைவாகச் செல்லும் சில ரயில்களின் சராசரி வேகம் மணிக்கு 85 மைலாகக் கூட இருக்கிறது. நமது நாட்டிலும் இரண்டொரு ரயில்களாவது சுமாராக இவற்றை ஒத்த வேகத்தோடு செல்ல வேண்டும் என்று வற்புறுத்தப்பட்டு வருகிறது.

அகலப் பாதையில் மணிக்குச் சுமார் 80 மைல் வீதம் பல ரயில்களும், மணிக்கு 85 மைல் வீதம் இரண்டொரு ரயில்களும் ஓடவேண்டும் என்றும், அதுபோலவே மீட்டர் பாதையில் சுமார் 55 மைல் வீதம் ஓட வேண்டும் என்றும், முடிவு செய்யப் பட்டிருக்கிறது. ஆனால் இவ்வாறு ரயில்கள் ஓடுவதற்கு முன் ரயில் பாதைகள் இன்னும் பல சீர்திருத்தங்களை அடைய வேண்டும். தண்டவாளங்கள் இப்பொழுது உள்ளதைவிட இன்னும் மிகவும் பளு உள்ளவையாக இருக்கவேண்டும். அடியில் போட்டிருக்கும் மரக்கட்டைகள் இன்னும் நெருக்கமாகப் போடப்பட வேண்டும். மரக்கட்டைகளுக்கு அடியில் உள்ள ஜல்லி (நொறுங்கிய கல்) இன்னும் அழுத்தமாகவும் கனமாகவும் இறுக்கமாகவும் போடப்பட வேண்டும்.

★★★

இப்படி பல வகையான முன்னேற்றங்கள் நிகழ்ந்து வருவதால், இங்கிலாந்து முதலிய சில நாடுகளில் நீராவி ஊர்தி எஞ்சினைக் கட்டுவதை நிறுத்திவிட்டார்கள். ஆயினும் இப்போது உபயோகத்தில் இருந்து வரும் எஞ்சின்கள் இன்னும் நெடுங்காலம் வரை ஐம்பது ஆண்டுகளுக்கு மேலும்கூட உபயோகத்தில் இருந்துவரும் என்று சொல்லுகிறார்கள். மேலே சொல்லியபடி, ஒவ்வொரு நாட்டிலும் உள்ள வசதிகளுக்கு ஏற்றபடியே இவற்றின் முன்னேற்றம் நிகழ்ந்துவரும். ஆகவே, நீராவி எஞ்சின் இன்னும் நெடுங்காலம் வாழ்ந்து, சிறந்த தொண்டு ஆற்றிவரும்.

நெய்வேலி-Neyveli. **பழுப்பு நிலக்கரி**-lignite. **அணுச்சக்தி**-atomic power.
நீர்மூழ்கிக் கப்பல்-submarine.